राजहंस प्रकाशन प्रा. लि.

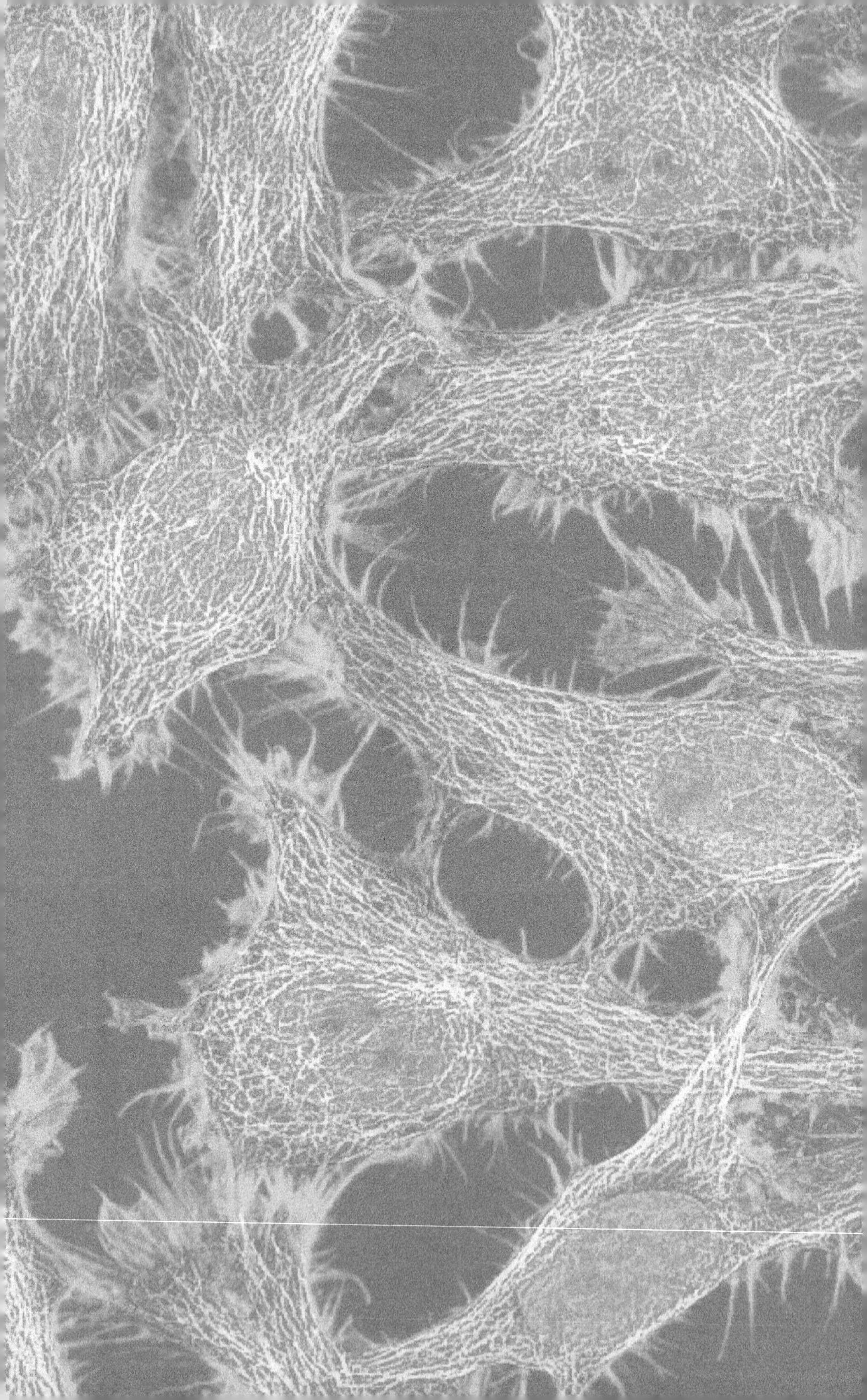

‘हेला’पेशी

कहाणी अमर्त्य पेशींची

वंदना अत्रे । शोभना भिडे

राजहंस प्रकाशन प्रा. लि.

'हेला'पेशी
कहाणी अमर्त्य पेशींची
वंदना अत्रे । शोभना भिडे

संपादक : डॉ. सदानंद बोरसे

प्रकाशक
दिलीप माजगावकर
राजहंस प्रकाशन प्रा. लि.
१०२५, सदाशिव पेठ,
पुणे - ४११ ०३०.
फोन - (०२०) २४४७३४५९
E-mail : rajhansprakashan1@gmail.com
Website : www.rajhansprakashan.com

अक्षरजुळणी : मानस एंटरप्रायझेस
अंकिता अपार्टमेंट्स, विठ्ठलवाडी,
हिंगणे, पुणे - ४११ ०५१.
फोन : ९७६५६३२१२४

'Hela'peshee
Vandana Atre
Shobhana Bhide

© वंदना अत्रे
३ स्नेह, प्लॉट नं. १०१,
डॉ. पंड्या हॉस्पिटल लेन,
महात्मानगर, नाशिक - ४२२००७.
मोबाईल - ९९६०८००२५८
E-mail : vratre@gmail.com

© शोभना भिडे
एएससी-१५, हर्ष, अश्विन नगर,
सिडको, नाशिक ४२२००९.
मोबाईल - ९३२६१८०३६८
E-mail : shobhi61@gmail.com

मुखपृष्ठ व आतील मांडणी :
तृप्ती देशपांडे

मुद्रितशोधन : दीप्ति जोग

आवृत्ती पहिली : सप्टेंबर २०२१

राजहंस क्र. I-02-2021

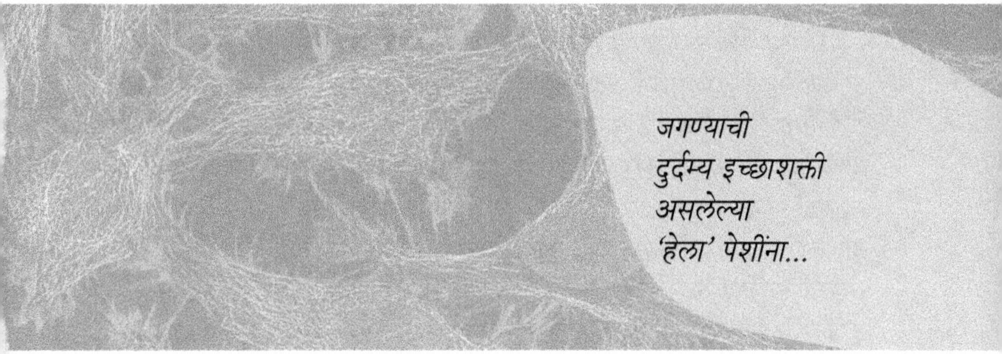

जगण्याची
दुर्दम्य इच्छाशक्ती
असलेल्या
'हेला' पेशींना...

हेन्रीएटाचे ऋण व्यक्तवताना...

अमर्त्य पेशींची कहाणी सांगणाऱ्या या पुस्तकाचे काम संपता-संपता वाटले, आपण नेमके कोणासाठी लिहिले आहे हे पुस्तक? शाळेच्या अभ्यासाला निरोप देता-देता विज्ञान आणि त्यात पुस्तकांच्या काही पानांपुरता असलेला 'पेशी' हा विषय सर्वसामान्यांच्या आयुष्यातून जणू हद्दपारच होतो. पुन्हा कधीही न येण्यासाठी! त्यामुळे संशोधक वगळता इतरांसाठी पेशींशी निगडित जग अगदी अपरिचित. आपल्या जगण्याशी ज्याचा अतिशय जवळून संबंध आहे, त्या औषधनिर्मितीच्या क्षेत्राचा डोलारा मात्र या पेशींच्या जिवावरच उभा असतो. मेडिकल स्टोअरच्या काउंटरवर माझ्यासमोर येणारे औषध कसे तयार होते, ते निर्माण करण्याचा प्रवास कसा सुरू होतो, त्यातील महत्त्वाचे टप्पे कोणते, बाजारात लाखोंच्या संख्येने असलेल्या औषधांची सुरक्षितता तपासून बघण्यासाठी काय-काय केले जाते – याबद्दल ग्राहक म्हणून मला फार क्वचितच कुतूहल, उत्सुकता वाटत असते. हे चित्र बदलू लागले ते कोविड नावाच्या टीचभर विषाणूने मनुष्यजातीचे आयुष्य वेठीला धरल्यावर. त्यावरील लसीची चर्चा सुरू झाली. बघता-बघता 'लसीच्या चाचण्या' या विषयाने वृत्तपत्राच्या थेट पहिल्या पानावर आणि 'प्राईम टाईम' मध्ये उडी मारली. या चाचणीप्रकरणातील खाचाखोचा ठाऊक नसल्याने ज्या काही सुरक्षितता – चाचण्या घ्यायच्या, त्या पटापट घेऊन लस बाजारात का आणत नाहीत – असा त्रागा सुरू झाला. या सगळ्या काळात आम्हा दोघींना मात्र पुन्हा-पुन्हा आठवण येत राहिली ती गेल्या तीनेक वर्षांपासून आमच्या आयुष्याचा जणू एक भाग झालेल्या हेन्रीएटा नावाच्या एका कृष्णवर्णीय मैत्रिणीची.

शंभर वर्षांपूर्वी जन्माला आलेली आणि अगदी तरुण वयात झालेल्या कॅन्सरमुळे वेदनादायी मृत्यू वाट्याला आलेली ही स्त्री. तिच्याही नकळत मानवजातीला अमूल्य अशी देणगी तिने दिली. आपल्या पेशींची. मानवी शरीराबाहेर, प्रयोगशाळेत वाढलेल्या पहिल्या पेशी या हेन्रीएटाच्या. पन्नाशीच्या दशकात संशोधनक्षेत्राने ही मोठी झेप घेतली. 'हेला पेशी' नावाने ओळखल्या जाणाऱ्या या पेशींचा उपयोग त्यानंतर कॅन्सरपासून कोविडपर्यंत अनेक महत्त्वाच्या आजारांवरील औषधे विकसित

करण्यासाठी केला गेला. पण 'हेला म्हणजे कोण?' हा प्रश्न त्याच्या आधारे संशोधन करणाऱ्या संशोधकांना सहजसुद्धा कधीच पडला नाही. तशी गरजही कोणाला भासली नाही! त्यामुळे हेला पेशी केवळ जगभर नाही तर अंतराळात गेल्या, तरी हेन्रीएटा मात्र अंधारातच राहिली! या उपेक्षेची कहाणी प्रथम जगासमोर आली रेबेका स्कूट हिने लिहिलेल्या 'The Immortal life ot Henrietta Lacks' या पुस्तकाद्वारे. हेला पेशींचा जन्म, अनेक महत्त्वाच्या संशोधनात असलेला या पेशींचा सहभाग, या अनुषंगाने संशोधनाने पादाक्रांत केलेली यशाची शिखरे आणि त्याचबरोबर झालेली लाखो डॉलरची उलाढाल हे सगळे घडत असताना हेन्रीएटाची मुले आणि कुटुंब अतिशय हालाखीचे आयुष्य जगत होते. या पुस्तकातून समोर येणारा हा विरोधाभास कमालीचा हेलावून टाकणारा होता. त्याबरोबरीने आम्हाला अस्वस्थ केले, ते संशोधनाच्या क्षेत्रात त्या काळात दिसणाऱ्या आक्रमक अशा गोऱ्या वर्चस्ववादाने. सामाजिक उतरंडीमध्ये कृष्णवर्णीय हे सर्वात खालच्या पायरीवर असल्याचे ठरवून गोऱ्या संशोधकांनी त्यांचा संशोधनासाठी ज्या अमानुषपणे वापर केला आहे, त्याच्या कहाण्या कोणालाही सुन्न करणाऱ्या आहेत. त्याबद्दल सांगणारे हे एकमेव पुस्तक नाही. कृष्णवर्णीय लोकांना मोफत (!) वैद्यकीय उपचार देण्याचे औदार्य दाखवणारी रुग्णालये आणि औषधनिर्माण क्षेत्रातील संशोधक यांनी परस्पर संगनमताने या लोकांचा संशोधनासाठी ज्या तऱ्हेने वापर केला आहे, त्याच्या अनेक धक्कादायक कहाण्यांवर प्रकाश टाकणारे हॅरीएट वॉशिंग्टनचे Medical Aparthid हे पुस्तक असेच अस्वस्थ करणारे आहे. कृष्णवर्णीयांवर झालेल्या संशोधनाच्या नृशंस घटना उजेडात येऊ लागल्यावर वैद्यकीय संशोधनात सहभागी होण्यासाठी रुग्णांच्या सज्ञान संमतीची आवश्यकता या विषयावर चर्चा सुरू झाली, त्याबद्दल काही नियम करण्यात आले. संशोधनक्षेत्राची नीतिमत्ता, समाजमनात खोलवर रुजलेला वर्णद्वेष, समाजावर असलेली वैद्यकशास्त्राची सत्ता आणि या सत्तेचा अनिर्बंध वापर करणाऱ्या बेगुमान मानवी प्रवृत्ती ही गुंतागुंत उलगडणारा, वाचता-वाचता आपल्याला थकवून टाकणारा प्रवास रेबेका स्कूट

आपल्या पुस्तकातून वाचकांना घडवते. अनेक कृष्णवर्णीय लोकांच्या मूक बलिदानावर (की हत्येवर?) उभ्या राहत गेलेल्या संशोधनक्षेत्राचा जो चेहरा हेन्रीएटाच्या कहाणीमुळे आम्हाला दिसला, तो मराठीमधून वाचकांपर्यंत आणला पाहिजे असे वाटले. मात्र हे पुस्तक म्हणजे मूळ इंग्रजी पुस्तकाचा अनुवाद नाही. त्यातील अनेक घटना, उपघटना या मराठी वाचकांसाठी महत्त्वाच्या नाहीत, असे जाणवल्याने अनुवाद करण्याचे नाकारून स्वतंत्र पुस्तक करायचे ठरवले. अन्य काही तपशिलांची जोड त्याला दिली.

हे पुस्तक लिहिण्याच्या तीव्र इच्छेला एक वेदनेची वैयक्तिक किनारपण आहे आणि ती म्हणजे, आम्हा दोघींपैकी एकीच्या – वंदनाच्या वाट्याला आलेल्या तीन वेगवेगळ्या कॅन्सरची. या अनुभवांमधून जात असताना या आजाराविषयी अनेक प्रश्न सतत मनात येत होते. महाभारतात नाग आणि पांडव यांचे वैर सांगणारे जे उपकथानक आहे, त्यात शृंगी राजाच्या महालात त्याला मारण्यासाठी बोराच्या अळीच्या रूपाने तक्षक साप शिरल्याची कथा येते. अगदी तशाच रीतीने खुनशी आक्रमण करणाऱ्या या आजाराची अधिक ओळख करून घ्यावी, असे तिला वाटले आणि या विषयाशी निगडित पुस्तकांचा शोध, वाचन सुरू केले. याच काळात हे पुस्तक हाती आले. यावेळी आणखी एक जाणीव प्रकर्षाने झाली, ती अशा प्रकारची विविध संशोधने, अभ्यास यासाठी मदत करणाऱ्या पण ज्यांचा चेहरा कधीच समाजापुढे येत नाही, अशा अनेक व्यक्तींच्या योगदानाची. ती झाली हेन्रीएटामुळे. हेन्रीएटा, तिच्या पेशी याचे माणसाच्या जगण्याशी थेट नाते नसेल कदाचित; पण तरीही ती आपल्याशी जोडलेली आहेच. संशोधनाच्या, त्यात असलेल्या तिच्या सहभागाच्या वाटेने. आता औषधांच्या दुकानात गेल्यावर समोर औषधाच्या रंगीबेरंगी गोळ्या, द्रावणाच्या बाटल्या, पावडरी हे सगळे बघताना त्यांचा त्यामागील भलाथोरला प्रवास आणि त्यात गुंतलेली अनेक अनाम माणसे दिसू लागतात. हे पुस्तक म्हणजे अशा लाखो लोकांना केलेला कृतज्ञ नमस्कार आहे. कोणत्याही लौकिक लाभाची अपेक्षा न ठेवता मनुष्यजातीच्या कल्याणासाठी

संशोधनाला वाहून घेतलेल्या डॉ. जॉर्ज गेसारख्या संशोधकाला केलेला हा सलाम आहे. १९५१ साली डॉ. गेने परीक्षानळीमध्ये जन्माला घातलेल्या या पेशींनी आज, २०२० साली कोरोनावरील लसीच्या संशोधनात योगदान दिल्याची बातमी वाचत असताना ही कृतज्ञता अधिक गहिरी होत गेली.

२०२० हे हेन्रीएटाचे जन्मशताब्दी वर्ष. या वर्षात हे पुस्तक प्रसिद्ध व्हावे, अशी इच्छा आमच्या मनात अगदी स्वाभाविकपणे होती. पण भोवती जे घडत होते, दिसत होते, ते भयचकित करणारे होते. पाय जमिनीवर ठेवून, श्वास सांभाळत फक्त टिकून राहणे एवढेच जेव्हा जगणे उरते, तव्हा पुस्तकनिर्मितीसारखे व्यवहार थांबणे अगदी स्वाभाविक असते. या अंधारलेल्या बोगद्यात दूरपर्यंत प्रकाशाचा ठिपकासुद्धा दिसत नव्हता. ही जाणीव व्यथित करणारीही होती. त्यामुळेच पुस्तकाचे काम हाती घेतले – असे सांगणारा फोन २१ साल उजाडता-उजाडता डॉ. सदानंद बोरसे यांच्याकडून आला, तेव्हा त्यावर विश्वास बसणे क्षणभर अवघड झाले होते! 'राजहंस'तर्फे पुस्तक प्रकाशित होण्याचा आनंद किती मोठा असतो, हे मराठी वाचकांना सांगायला नको! वेगळ्या वाटेवरच्या अशा या विषयाचा पुस्तकासाठी स्वीकार करण्यापासून त्याला प्रसिद्धीचा प्रकाश दिसेपर्यंत त्याची सर्व ती काळजी घेणारे 'राजहंस'चे संचालक दिलीप माजगावकर, संपादक डॉ. सदानंद बोरसे, मुखपृष्ठकार तृप्ती देशपांडे, मुद्रितशोधक दीप्ति जोग, अक्षरजुळणी करणारे महेश पाटील आणि या पुस्तकाच्या निर्मितीत सहभागी असलेल्या सर्व 'राजहंसी' टीमचे अगदी मनापासून आभार!

...हॉस्पिटलमध्ये केमोथेरपीची औषधे शिरेतून शरीरात जात असताना अनेकदा हेन्रीएटाच्या आठवणींनी मन उचंबळून यायचे. त्या ऋणातून काहीसे मुक्त झाल्याची भावना या क्षणी मनात आहे...

वंदना अत्रे । शोभना भिडे

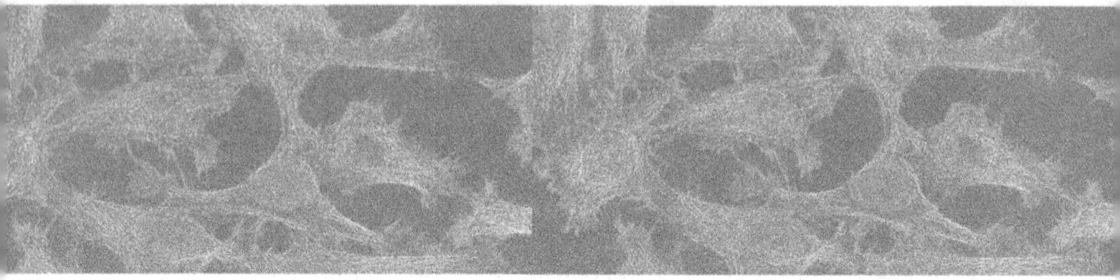

अनुक्रम

मानवी पेशींचा प्रयोगशाळेत जन्म...

बाल्टिमोरमधील ती प्रयोगशाळा हे डॉ. जॉर्ज गेचे दुसरे घरच होते. इथे तो तासन्तास सूक्ष्मदर्शकात डोळे घालून बसलेला असे. मानवी शरीरातील पेशी माणसाच्या शरीराबाहेर वाढवता आल्या, तर कॅन्सरपासून मुक्ती मिळणं शक्य आहे – असा त्याचा ठाम विश्वास होता आणि त्या तशा वाढाव्यात, म्हणून त्याची तपश्चर्या सुरू होती. थोडीथोडकी नाही, तर तब्बल पंधरा वर्षे. मेरी ही त्याची अत्यंत कुशल मदतनीस. एखाद्या सर्जनसारखी चालणारी तिची कुशल बोटे, सुरीवरची घट्ट पकड आणि नमुन्यादाखल समोर येणाऱ्या पेशींच्या गोळ्याचे मोहरीएवढे बारीक तुकडे करण्याचे कौशल्य पाहूनच गेने तिला नोकरीवर ठेवले होते.

५ फेब्रुवारी १९५१ हा दिवस तसा नेहमीसारखाच होता. मेरीने सकाळची प्रयोगशाळेतील कामे संपवली आणि ती न्याहरीसाठी टेबलाशी आली. गेची बायको मार्गारेट आणि प्रयोगशाळेतील अजून एक मदतनीस ह्या दोघी तिची वाटच पहात होत्या. ही वेळ थोडी निवांत. ह्या टेबलचा गरजेनुसार न्याहरी आणि काम असा दोन्ही गोष्टींसाठी उपयोग केला जात होता. कामाच्या वेळी याच टेबलवर हॉस्पिटलमधून आलेले मानवी पेशींचे नमुने काचेच्या बशांमधून ठेवलेले असत. मेरी त्यांचे बारीक बारीक तुकडे करून शेजारीच ठेवलेल्या लालसर घट्ट द्रव भरलेल्या असंख्य परीक्षानळ्यांमध्ये टाकत असे. असे नमुने असलेल्या नळ्या एक दिवस एका विशेष ड्रममध्ये ठेवल्या जात. नळीतला द्रव पेशींना आवश्यक ते पोषक घटक पुरवीत असे. हा द्रव म्हणजे एक मजेशीर रसायन होते. खूप प्रयोगांती ते तयार करण्यात गेला यश आले होते. कोंबडीचे रक्त, नवजात अर्भकाच्या नाळेतील रक्त, विविध क्षार आणि गर्भावस्थेतील वासराचा पेशीद्रव वापरून हे माध्यम बनवले गेले होते. यातील क्षार सोडता कोणताच घटक मिळवणे तसे सोपे नव्हते. अर्भकाच्या नाळेतील रक्त मिळवायचे म्हणजे बाळ

जन्मल्यानंतर ते आईच्या गर्भाशयापासून वेगळे करताक्षणीच ते रक्त गेच्या प्रयोगशाळेत यायला हवे. गेची प्रयोगशाळा हॉपकिन्स रुग्णालयाच्या आवारातच असल्याने त्याला हे सहज शक्य होते. त्याच्या प्रयोगशाळेत एक घंटा टांगलेली होती. घंटेला बांधलेल्या दोरीचे दुसरे टोक रुग्णालयाच्या प्रसूतिगृहात होते. तिथे बाळ जन्माला आल्या आल्या प्रयोगशाळेतील घंटा वाजायला लागे आणि गेची मदतनीस मेरी किंवा मार्गारेट तातडीने त्या रक्ताचा नमुना घेऊन येई. कोंबडीचे रक्त काढणे हा एक वेगळाच सोहळा होता. जॉर्ज गे त्याच्या जुन्या गाडीतून कत्तलखान्यात जात असे. पिंजऱ्यात धावणाऱ्या कोंबडीचे पाय एका हाताने पकडून, त्याच हाताने तिचं डोकं दाबून धरून दुसऱ्या हाताने तिच्या छातीत सुई खुपसणे व हृदयातून रक्त काढणे हे मोठे कौशल्याचे काम होते. डॉ. गेची बायको मार्गारेट ही कुशल शल्यकर्म परिचारिका होती. कोंबड्यांना जाणवूही न देता रक्त काढण्याचे कौशल्य गेने तिच्याकडूनच मिळवले होते. मार्गारेट या प्रयोगशाळेचे व्यवस्थापन पहात असे.

जागेची कमतरता असल्याने त्या तिघी कामाच्या टेबलावरच डबा खात असत. ही पेशीसंवर्धनाची प्रयोगशाळा आहे याचे भान मार्गारेटला चांगलेच होते. म्हणूनच प्रयोगशाळेच्या स्वच्छतेविषयी ती कमालीची आग्रही होती. पेशीसंवर्धन प्रयोगशाळा म्हणजे पेशींचा कारखाना. या विषयावरचे संशोधन त्याकाळी खूपच बाल्यावस्थेत होते. मानवी पेशी शरीराबाहेर कृत्रिमरीत्या वाढवण्यासाठी अनेक जीवशास्त्रज्ञ प्रयत्न करीत होते, पण या प्रयत्नांना म्हणावे तसे यश येत नव्हते. जिवंत पेशी वाढण्यासाठी परीक्षानळीत ठेवल्या की, एकदोन दिवसात त्या मरून जात. वाढीसाठी पेशींना योग्य वातावरण आणि पोषकद्रव्य मिळणे हे ह्या प्रयत्नातील एक मोठे आव्हान होतेच, पण त्याच्या जोडीनेच त्यांना होणारा जंतुसंसर्ग हे दुसरे आव्हानही होते. ज्या द्रवात पेशी वाढवल्या जात, त्यातील घटक म्हणजे सूक्ष्म जिवांसाठी मेजवानीच असायची. त्यामुळे त्यांची प्रजा एवढी सुसाट वाढू लागायची की, हळूहळू ते द्रवातील पेशींनाही खायला लागत. हा धोका मार्गारेटला चांगलाच ठाऊक होता, कारण एखाद्या यशस्वी शस्त्रक्रियेनंतर केवळ जंतुसंसर्ग झाल्याने शस्त्रक्रिया अपयशी ठरून प्रसंगी रोगी दगावल्याचे तिने ह्यापूर्वी अनुभवले होते. त्यामुळेच शस्त्रक्रिया करताना निर्जंतुकीकरणाची जी मानके वापरली जातात, ती प्रयोगशाळेतही वापरली जावीत – असा तिचा कटाक्ष होता. केवळ प्रयोगशाळेतील उपकरणे स्वच्छ करण्यासाठी तिने मिनी नावाची एक मदतनीस नोकरीला ठेवली होती. तिने स्वच्छ केलेल्या उपकरणांची मार्गारेट स्वत: डोळ्यात तेल घालून पाहणी करीत असे. एखादा जरी डाग दिसला, तरी मिनीच्या नावाने तिने केलेली

गर्जना अख्खी प्रयोगशाळा दणाणून सोडत असे.

जेवण झाले. कामाला सुरुवात करण्यापूर्वी मेरीने हात स्वच्छ धुतले. पांढरा गाऊन, सर्जिकल कॅप, मास्क असे सर्व चढवून तिने तिच्या छोट्या खोलीत प्रवेश केला. केवळ ५ फूट × ५ फूट अशा चार हवाबंद खोल्या-खोल्या कसल्या खुराडीच होती ती – जॉर्जने प्रयोगशाळेच्या मधोमध बांधल्या होत्या. फ्रीजचे दार जसे घट्ट बंद होते; तशीच या खोल्यांची दारे बंद होत, बाहेरचा सूक्ष्म कणही आत शिरू शकणार नाही, याचा पुरेपूर बंदोबस्त जॉर्जने केला होता. या प्रयोगशाळेच्या उभारणीसाठी त्याने शब्दशः घाम गाळला होता.

◆

पिटसबर्गमधील एका सामान्य कुटुंबात ६ जुलै १८९९ रोजी जॉर्जचा जन्म झाला. फ्रँक व एमा गे ह्यांचा तो मुलगा. डोंगराच्या कुशीत त्याचे एक छोटेसे लाकडी घर होते. त्यात जॉर्जचे आईवडील, एक बहीण व एक भाऊ असे पाचजण मजेत राहत होते. घरात शिक्षणाचे वातावरण होते, पण शिक्षण घेण्यासाठी पुरेसा पैसा नव्हता. जॉर्ज लहानपणापासून हरहुन्नरी होता. सुतारकाम, गवंडीकाम करून तो शाळेच्या फीचे पैसे जमा करीत असे. त्याचे शिक्षण गावातील शाळेत झाले. जीवशास्त्रात त्याला सुरुवातीपासून विशेष रस होता. मेडिकल स्कूलचा विद्यार्थी म्हणून पिटसबर्ग हॉस्पिटलमध्ये जॉर्ज दिवसाचे तासन्‌तास घालवीत असे. शरीरविज्ञानात त्याला विशेष रुची होती. अनेक प्रकारचे रुग्ण त्याने या काळात पाहिले. अनेकविध आजारांनी त्रस्त रुग्ण – विशेषतः कॅन्सरग्रस्त रुग्ण आणि उपचारांचा मर्यादित अवकाश ह्यातील दरी या क्षेत्रातील मंडळीना अस्वस्थ करीत होती. १९२०च्या सुमारास कॅन्सर म्हणजे मृत्यू असेच समीकरण होते. तरुण जॉर्ज या वस्तुस्थितीने अस्वस्थ होत असे. म्हणूनच आपल्या पुढच्या शैक्षणिक प्रवासाची दिशा त्याने ठरवून टाकली, कॅन्सरची कारणे आणि उपाय शोधणे. यासाठी १९२३ मध्ये जॉर्जने बाल्टिमोरच्या जॉन हॉपकिन्स वैद्यकीय महाविद्यालयात प्रवेश घेतला. काही काळातच ते हॉस्पिटल ही जॉर्जची कर्मभूमी बनली.

अमेरिकेच्या पश्चिमेला असणारे बाल्टिमोर हे शहर सुरुवातीपासूनच कृष्णवर्णीय बहुल लोकसंख्येचे म्हणून प्रसिद्ध. येथे उभ्या राहिलेल्या ह्या हॉस्पिटलचा व वैद्यकीय महाविद्यालयाचा इतिहास रंजक आहे. जॉन हॉपकिन्सचा जन्म १७९५ मधला. तो सतरा वर्षांचा असताना त्याच्या आईने त्याला त्याच्या काकांना धंद्यात मदत करण्यासाठी बाल्टिमोरला पाठवले. काकांचे किराणा मालाचे दुकान होते. सुरुवातीची काही वर्षे उमेदवारी केल्यावर जॉनने स्वतःचा व्यवसाय सुरू केला.

त्याची कंपनी बाल्टिमोरमध्ये व्हिस्की पुरवत असे. त्याच्या व्यावसायिक क्षमता जबरदस्त होत्या. त्याने अनेक व्यवसाय केले. त्यापैकी मोठमोठी गुदामे बांधणे आणि बाल्टिमोर – ओहायो रेल्वे प्रकल्पाला पैसे पुरवणे या प्रकल्पातून बख्खळ कमाई केली. १८७३ मध्ये ह्या उद्योगपतीचा अंत झाला, तेव्हा त्याने त्याच्या मृत्युपत्रात सत्तर लाख डॉलर एवढी घसघशीत रक्कम दोन संस्थांच्या उभारणीसाठी ठेवली, त्यापैकी एक म्हणजे जॉन हॉपकिन्स विद्यापीठ व दुसरी जॉन हॉपकिन्स हॉस्पिटल. यापैकी विद्यापीठ १८७६ मध्ये तर हॉस्पिटल १८८९ मध्ये सुरू झाले. जॉन स्वत: शिक्षण घेऊ शकला नाही, म्हणूनच त्याला शिक्षणाची आस होती. बाल्टिमोर हे रेड इंडियन टोळ्यांचे मूळ वसतिस्थान. मेरीलँडमधून अधिकृतरीत्या गुलामगिरीचे उच्चाटन झाल्यानंतर मुक्त झालेल्या गुलामांचा ओघ रोजगाराच्या शोधात बाल्टिमोरकडे सुरूच राहिला, जोडीला बंदर असल्याने समुद्रमार्गे येणारा विस्थापितांचा लोंढा होताच. यामुळे साठ टक्क्यांपेक्षा अधिक जनता कृष्णवर्णीय, दरिद्री, अशिक्षित आणि रोगराईने पिडलेली, वांशिक वादात होरपळलेली. यामुळेच ह्या परिसरात हॉस्पिटल उभे करण्याचे स्वप्न जॉनने पाहिले असावे.

हॉपकिन्स मेडिकल कॉलेजमधून जॉर्ज गे ह्याने वैद्यकीय पदवी मिळवली. एक वर्ष शिकायचे आणि एक वर्ष पुढच्या वर्षासाठीच्या शिक्षणासाठी आर्थिक जुळवाजुळव करायची – असे करत जॉर्जने शिक्षण पूर्ण केल्याने त्याला पदवी मिळवण्यासाठी तब्बल आठ ते दहा वर्षे लागली. त्यानंतर हॉपकिन्स हॉस्पिटलमधेच प्रशिक्षित डॉक्टर म्हणून त्याची वाटचाल सुरू झाली. तेथील उतीसंवर्धन (टिश्यू कल्चर) विभागाचा तो प्रमुख झाला. तेव्हा त्याच्या मनात एकच स्वप्न जन्म घेत होते, सूक्ष्मदर्शकातून पेशीजन्माचा क्षण प्रत्यक्ष बघण्याचे..! त्यासाठी आपल्या सहकाऱ्यांच्या मदतीने त्याने अडगळीच्या खोलीत भंगार म्हणून टाकून दिलेल्या सामानातून एक सूक्ष्मदर्शक बनवला. दीर्घकाळ निरीक्षण शक्य व्हावे, म्हणून त्याला या सूक्ष्मदर्शकाला कॅमेरा बसवायचा होता. हॉपकिन्स हॉस्पिटलच्या शवागाराखाली असलेले तळघर खोदून त्यात बारा फूट उंच व तेवढ्याच रुंदीच्या या सूक्ष्मदर्शकाची स्थापना झाली. याच्यावर सोळा मिलिमीटरचा कॅमेरा बसला.

या कॅमेऱ्याच्या सहाय्याने पेशीविभाजनाचे चलतचित्र घेणे जॉर्जला शक्य झाले. ही फीत जीवसृष्टीच्या मूलभूत प्रक्रियेचा आधार होती. त्यात काय टिपले गेले होते? मानवी शरीरातील कोणतीही पेशी मोठी होते, तिच्या केंद्रकाचे दोन भाग होतात. लांबट गोल पेशीच्या मध्यावर पडदा निर्माण होतो. मग एकाच्या

दोन, दोनाच्या चार, चाराच्या आठ अशा पेशी जन्म घेत राहतात. हे सगळे पाहणे हा अत्यंत रोमांचक अनुभव होता. या स्व-निर्मित सूक्ष्मदर्शकाच्या मदतीने जॉर्जने पेशीच्या आतील मायाटोकाँड्रिया या अंगकाचाही अभ्यास केला. या विचित्र यंत्रातून काढलेल्या अनेक फिल्म्सचा संग्रह जॉर्जकडे जमा झाला होता. पेशींचा हा अभ्यास जॉर्जसाठी अत्यंत महत्त्वाचा होता; कारण आजवरच्या अभ्यासातून त्याला हे नक्की कळले होते की, आज असाध्य वाटत असलेल्या कोणत्याही आजारावर उपाय शोधायचा असेल, तर ती वाट पेशींच्या शोधाच्या मार्गानेच जाते. ह्या अर्थाने, पेशी सजीवाच्या अस्तित्वाची पहिली पहाट आहे. पेशींच्या शोधातील महत्त्वाची पायरी होती – सूक्ष्मदर्शकाचा शोध. १६५३ मध्ये रॉबर्ट हुकने बुचाच्या झाडाच्या खोडाचे पातळ काप प्रथम सूक्ष्मदर्शकाखाली पाहिले. तेव्हा त्याला जी रचना दिसली ती मधमाशीच्या पोळ्यातील कप्प्यांसारखी होती. या प्रत्येक कप्प्याला तुरुंगातील कोठडीशी समान अर्थाचा म्हणजे, 'सेल' हा शब्द त्याने वापरला व तोच शब्द पेशींसाठी विज्ञानात रूढ झाला. पण या पेशी मृत होत्या. नंतर १६८२ मध्ये अँटोन व्हॅन लुवेनहुकने जिवंत पेशी प्रथम पाहिल्या. पेशींचा आकार एवढा सूक्ष्म की, तो भिंगाच्या सहाय्याने २५० पटींनी वाढवल्यावर त्याला पेशी पहाता आल्या. एवढे सर्व होवूनही सर्व सजीव हे पेशींचे बनलेले असतात, हे शास्त्रज्ञांच्या लक्षात यायला अठराव्या शतकाचा मध्य उजाडला. जॉर्जने बनवलेला कॅमेरायुक्त सूक्ष्मदर्शक हा बहुदा पहिला चलचित्रीकरण सूक्ष्मदर्शक असावा.

दरम्यान १९२६ मध्ये जॉर्जचा विवाह झाला. शल्यकर्म परिचारिका असलेली मार्गरिट त्याच्या स्वप्नांचीही सहचरी बनली. १९५० मध्ये त्याने हॉस्पिटलच्या रखवालदाराच्या रिकाम्या क्वार्टरमध्ये आपल्या मनात असलेली प्रयोगशाळा बनवली; तेव्हा पैशाचे पाठबळ नसल्यामुळे प्लंबिंग, वायरिंग, एवढेच नाही तर काही उपकरणांची निर्मिती हे सर्व जॉर्जने स्वतःच केले आणि जॉर्जची पेशी व पेशीसंवर्धन प्रयोगशाळा तयार झाली.

◆

मेरीने सर्व जामानिमा केला आणि ती आपल्या छोट्याशा खोलीजवळ आली. खोलीच्या बाहेर उभी राहून तिने आतील निर्जंतुकीकरणाची यंत्रणा सुरू केली. गरम वाफेने सर्व खोली भरून गेली. वाफ फेकणारी यंत्रणा बंद करून ती आत शिरली. मागचे दार घट्ट बंद झाले. सिमेंटच्या जमिनीवर मेरीने पाणी फवारले, आपले छोटे टेबल अल्कोहोलने स्वच्छ केले. टेबलावरील बर्नर चालू केले.

बर्नरवर परीक्षानळ्या गरम करून निर्जंतुक केल्या. नुकताच हॉपकिन्स हॉस्पिटलमधून एक नमुना आला होता. तेथे एक महिला गर्भाशयमुखाच्या कर्करोगावर उपचार घेत होती. कर्करोग खूपच पसरला होता. गर्भाशयमुखाच्या आतील बाजूस झालेल्या गाठी शस्त्रक्रियेने कापून काढणे हा एकच उपाय होता. त्याच शस्त्रक्रियेनंतर काढलेल्या गाठीचा हा नमुना होता. बर्नर जवळ ठेवून मेरीने तिच्या हातातील पाते गरम केले व त्या नमुन्याचे एक मिलिमीटर आकाराचे तुकडे केले. मेरीची बोटे एखाद्या जादूगारासारखी होती. तिने तो बारीक तुकडा शोषनळीने ओढून घेतला, काळजीपूर्वक परीक्षानळीतील रक्ताच्या गुठळीवर ठेवला. त्यावर पोषक माध्यमाचे काही थेंब घातले, परीक्षानळीचे तोंड कापसाच्या बोळ्याने घट्ट बंद केले. असे सर्व तुकडे ठेवून झाल्यावर तिने त्या सर्वांची रवानगी एका फिरत्या ड्रममध्ये केली.

हा ड्रमसुद्धा जॉर्जच्या अभियांत्रिकी कौशल्याची साक्ष होता. जॉर्जकडे भविष्यवेधी दृष्टी होती, तंत्रज्ञाची नजर होती. अर्धवट बनवलेली यंत्रे, विविध ठिकाणांहून गोळा केलेले भंगार असे निरुपयोगी वाटणारे खूप सामान त्याच्या गॅरेजमध्ये नेहमी पडलेले असायचे. त्या भंगाराचा कुठेतरी काहीतरी उपयोग असू शकतो, ह्यावर कोणी विश्वाससुद्धा ठेवला नसता. पण जॉर्जसाठी मात्र तो त्याच्या एखाद्या आगामी प्रकल्पाचा कच्चा माल असायचा. एखादी नवी कल्पना मनात आली की, तो

डॉ. जॉर्ज गे

असेल तिथे बसत असे, मग ती प्रयोगशाळा असो, जेवणाचे टेबल, बार किंवा गाडीचे स्टीयरिंग व्हील असो. त्या वेळी मिळेल त्या कागदावर तो नोंदी करी, कच्चे आराखडे काढी. मग त्या भंगारातून नवे काहीतरी आकारास येई. रोलर ड्रमची रचना अशीच कोणत्या तरी बिलाच्या मागच्या भागावर चितारली गेली असणार. हा ड्रम लाकडी होता. तो मध्यभागी असलेल्या आसाभोवती फिरत असे. ड्रमवर परीक्षानळ्या खोचण्याची व्यवस्था होती. एका तासाला दोन फेऱ्या या गतीने ड्रम फिरे. ड्रममध्ये ठेवलेल्या पेशींना खालपर्यंत पुरेसा प्राणवायू मिळावा, यासाठी हा प्रयास. आपल्या शरीरात पेशींभोवती रक्त सतत फिरत असते. ते त्यांना अन्न देते, प्राणवायू देते, त्याच वेळी नको असलेले घटक व कार्बन डाय ऑक्साइड काढून आणते. पेशींच्या जगण्याचा हा मूलाधार आहे, असे जॉर्जचे मत होते.

मानवी शरीरातील पेशी शरीराबाहेर दीर्घकाळ जिवंत ठेवण्याच्या दिशेने त्याकाळी जगभर संशोधन सुरू होते. शरीराबाहेर त्यांना कोणते अन्नघटक द्यावे? कोणत्या अवस्थेत द्यावे- द्रव की अर्धप्रवाही? त्यांना कशात वाढवावे- काच, प्लास्टिक की आणखी काही? प्राणवायू कसा पुरवावा? शरीरात फिरणाऱ्या रक्तद्रवाचा वेग, हृदयाच्या स्नायूंचा ताल याचा पेशींच्या जगण्याशी काही संबंध असेल का? पेशींचा जन्म आणि मृत्यू नियंत्रित करणारे घटक कोणते? अशा अनेक प्रश्नांचा सामना वैज्ञानिक करत होते. ह्या पेशी थोडा काळ मानवी शरीराबाहेर जिवंत राहात, पण कोणत्याही क्षणी राम म्हणत. कमी होत जाणारे अन्नघटक, प्राणवायूचा पुरवठा व जंतुसंसर्ग टाळणे याचा मेळ बसत नव्हता. मधून मधून यासंबंधीचे दावेही वेगवेगळ्या प्रयोगशाळा करीत, पण त्यात तथ्य कमी व अपेक्षा जास्त होती.

मेरीने सर्व परीक्षानळ्या ड्रममध्ये ठेवल्या आणि ती तिच्या इतर कामांकडे वळली. तिच्या गेल्या अनेक महिन्यांच्या अनुभवामुळे या वेळीही काही सकारात्मक घडेल अशी फारशी आशा तिला वाटत नव्हती. प्रयोगशाळेत यायचे, स्वत:ला निर्जंतुक करायचे, खोली आणि उपकरणे निर्जंतुक करायची, आदल्या दिवशी ठेवलेल्या परीक्षानळ्यांचे निरीक्षण करायचे, तीन-चार दिवसांपूर्वीच्या परीक्षानळ्यातील द्रव्य, त्यात काहीही अपेक्षित बदल घडलेला नसल्याने, फेकून द्यायचे – हा जणू मेरीचा नित्यक्रम झाला होता. बरेचसे यांत्रिकतेने पण श्रद्धेने ती तिचे काम करीत असे.

दोन दिवसांनी मेरीने सर्व परीक्षानळ्या पाहायला सुरुवात केली. जीवनाची काही मंगल चिन्हे आत दिसताहेत का, हे तिला पाहायचं होते. पहिली, दुसरी,

तिसरी, चौथी, ... तिचा स्वत:च्या डोळ्यांवर विश्वासच बसेना. काहीतरी अद्भुत, आजवर न घडलेले दिसत होते. प्रथमच. निव्वळ आश्चर्य! एखाद्या झाडावर नव्यानेच उमललेली इवली इवली कोवळी पोपटी पाने दिसावीत, तसे दोन छोटे उंचवटे परीक्षानळीच्या तळाशी असलेल्या रक्ताच्या गाठीवर दिसत होते. हा तोच नमुना होता, जो दोनच दिवसांपूर्वी हॉपकिन्स हॉस्पिटलातून आला होता. धावतच मेरी जॉर्जच्या खोलीत शिरली. तिच्या हातातील जीवनाचा तो अविष्कार जॉर्जने निरखला. 'येस, शंकाच नको. हाच तो क्षण, ज्याची इतकी वर्षे वाट पाहिली, ज्याचा ध्यास घेतला होता. नव्या पेशींचा मानवी शरीराबाहेर जन्म!' वरकरणी त्याने काहीही दिसू दिलं नाही. ना तो आनंदाने नाचला, ना त्याने हा क्षण साजरा केला. त्याने शांतपणे मेरीला सांगितलं, "या सर्व नळ्यांवर नजर ठेव." पण त्याची काही गरजच भासणार नव्हती; कारण कोणी लक्ष दिले किंवा नाही, तरी आता या वाढणाऱ्या पेशी माघार घेणार नव्हत्या. रोज त्या विलक्षण गतीने वाढत होत्या. त्यांना जागा व अन्नघटक अपुरे पडू नयेत, म्हणून मेरी रोज आधीच्या परीक्षानळीतील काही भाग नवीन नळीत घाले. तिथे त्या नव्या जोमाने वाढत. हे बघत असलेल्या जॉर्जची आता खात्री पटली, त्याच्या प्रयोगशाळेत इतिहास रचला जातोय. जॉर्जची महत्त्वाकांक्षा होती, अमर मानवी पेशीसमूहाची निर्मिती करण्याची. अशा पेशी ज्या पुन्हा पुन्हा प्रयोगशाळेच्या कृत्रिम वातावरणात जन्म घेतील, वाढतील व पुन्हा एकदा नव्याने जन्मतील म्हणजे जीवनाचे चक्र अथकपणे सुरू राहील. तेच इथे घडत होते. प्रयोगशाळेच्या कृत्रिम वातावरणात मानवी पेशी वाढू लागल्या होत्या. अमर ठरू शकेल, असा जगातील पहिला मानवी पेशीसमूह जन्माला आला होता. पेशीसंवर्धनाच्या जगात नवी क्रांती घडत होती. या नवलाची जन्मदात्री होती एक कृष्णवर्णीय, ३१ वर्षीय महिला – हेन्रीएटा लॅक्स. जॉर्जच्या प्रयोगशाळेतील सर्व पेशी हेन्रीएटाच्या पेशींपासून तयार झाल्या, म्हणून तिच्या नावाची आद्याक्षरे, 'हे-ला' असे नाव त्या पेशीसमूहाला दिले गेले. पुढे ह्याच नावाने हा पेशीसमूह जगभर प्रसिद्ध झाला. एवढी महत्त्वपूर्ण देणगी जगाला देणारी कोण होती ही हेन्रीएटा? कधी कळले जगाला तिच्याबद्दल?

□□

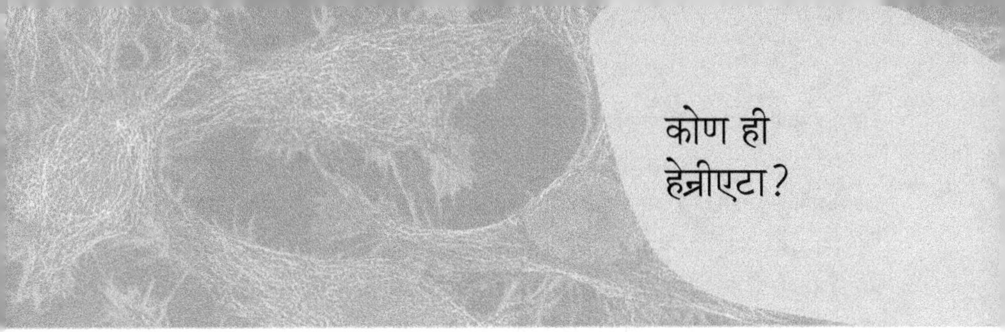

कोण ही हेन्रीएटा?

जगाच्या किंवा वैज्ञानिकांच्या दृष्टीने भले ती पेशीसंवर्धनाची पहाट वगैरे असेल, जॉन हॉपकिन्समध्ये उपचार घेऊन बाहेर पडलेल्या हेन्रीएटा लॅक्स नावाच्या स्त्रीला मात्र त्याची काही गंधवार्ताही नव्हती. ती असण्याचे काही कारणही नव्हते. तंबाखूच्या शेतात मजूर म्हणून काम करणाऱ्या आणि त्याच वातावरणात बालपणापासून वाढलेल्या तिच्यासारख्या सामान्य स्त्रीला त्यापलीकडचे जग कसे ठाऊक असणार? पेशीसंवर्धन किंवा कॅन्सरवरील उपचार या सगळ्याच गोष्टी तिच्या जगण्याच्या कक्षेच्या आणि आकलनाच्या कितीतरी पलीकडच्या होत्या.

◆

रॉंक (व्हर्जिनिया राज्य) गावात जॉनी आणि एलिझा ह्यांना झालेले आठवे अपत्य म्हणजे लॉरेटा. ह्या लॉरेटाचे नाव पुढे हेन्रीएटा कसे झाले, तो इतिहास मात्र अज्ञात आहे. तिच्या जन्मानंतर एलिझाने आणखी दोन अपत्यांना जन्म दिला आणि हेन्रीएटा चार वर्षांची असताना, दहा मुले वाढवण्याचे भले थोरले ओझे आपल्या नवऱ्याच्या, जॉनीच्या गळ्यात अडकवून एलिझाने ह्या जगाचा निरोप घेतला. सगळी मुले अडनिड्या वयाची आणि त्यांचे संगोपन करण्याची जबाबदारी घेण्यासाठी घरात कोणीही नाही. अशा परिस्थितीतील मुले सहसा ज्या तऱ्हेने वाढतात, तीच परिस्थिती ह्या दहा मुलांच्या वाट्याला आली. आईच्या अकाली मृत्यूच्या दुर्दैवाला वडलांच्या भणंगपणाची जोड मिळाली आणि दहा मुलांची दहा नातलगांच्या घरात वाटणी झाली. सगळ्या मुलांना घेऊन जॉनी क्लोव्हरला (व्हर्जिनिया) आला. त्याचे पूर्वज गुलाम म्हणून ज्या तंबाखूच्या शेतात राबत होते, तिथेच त्याचे कुटुंब अजूनही काम करीत होते. पण दहा मुले एकत्र ठेवून घेण्याची जबाबदारी घेणे कोणत्याही एका नातलगाला शक्य नव्हते. मग कोणी आत्याकडे गेले, तर कोणाची रवानगी काकांकडे

झाली. हेन्रीएटाच्या वाट्याला आले ते आजोबा टॉमी लॅक्स ह्यांचे घर.

गुलामांना राहण्यासाठी बांधलेल्या घरांपैकी चार खोल्यांच्या एका लाकडी घरात टॉमी आजोबा राहत होते. एका टेकडीच्या उतारावर असलेल्या त्या घराच्या भिंतींना पडलेल्या फटींमधून सतत जोराचा वारा वहात असे. चार-साडेचार वर्षांची हेन्रीएटा टॉमी आजोबांच्या घरी राहायला आली; तेव्हा त्यांच्याकडे त्यांचा एक नातू – मुलीचा मुलगा आधीच राहायला आला होता. आपल्या वडलांच्या घरातच बाळंतीण झालेली टॉमीची मुलगी आपल्या नवजात मुलाला तिथेच ठेवून गेली होती. त्या मुलाचे नाव होते डेव्हिड लॅक्स. सगळे त्याला 'डे' म्हणत. जन्माला आला, तेव्हा काळे-निळे पडलेले आणि श्वास बंद पडल्यागत निपचित दिसणारे हे मूल मृत असल्याचे त्याला तपासणाऱ्या गोऱ्या डॉक्टरने त्याच्या जन्मदाखल्यावर लिहून दिले आणि त्या बाळाकडे पुन्हा ढुंकूनसुद्धा न बघता तो आपल्या बग्गीत बसून निघून गेला. पण बाळाला जन्म देण्यासाठी आलेली मंची नावाची दाई मात्र इतक्या लवकर हार मानायला तयार नव्हती. तिने त्या बाळाला कोमट पाण्यात ठेवून स्वच्छ केले आणि एका पांढऱ्या चादरीवर त्याला ठेवून तिने त्याची छाती चोळली, एक आचका देत मोठा श्वास घेईपर्यंत ती त्याच्या छातीवर हलक्या हाताने थापट्या मारत राहिली. त्या बाळाने एक श्वास घेतला आणि बघता-बघता त्याचा रंग बदलला.

हेन्रीएटा आजोबांकडे राहायला आली, तेव्हा हा डे नऊ वर्षाचा होता. आधी भावंडे म्हणून एकत्र राहणारे हे दोघे पुढे नवरा-बायको म्हणून आयुष्यपण एकत्र काढतील, असा त्यावेळी कोणी विचारसुद्धा केला नसेल! पण तसे घडले. सतत एकत्र घालवलेल्या त्यांच्या बालपणात पुढील सहवासाची बीजे असावीत बहुदा. पहाटे चार-सव्वाचार वाजता दोघांचा एकत्र दिवस सुरू होत असे. गाईंचे दूध काढणे, कोंबड्यांना, डुकरांना, घोड्यांना दाणापाणी देणे ही सकाळची कामे असत. मग शेतातील मक्याला आणि शेंगदाण्याच्या पिकांना पाणी देऊन झाले की, तंबाखूच्या शेतात जायची वेळ येई. क्लिफ, फ्रेड, सॅडी, मार्गारिट अशी चुलत भावंडांची फौज आणि त्यांची काही मित्रमंडळी असा भलाथोरला ताफा तंबाखूच्या शेतात तोडणीसाठी जात असे. आधी तंबाखूची लावणी आणि मग तोडणी करण्याचे काम या सगळ्या मुलांना वर्षभर पुरत असे. तंबाखूची पाने तोडताना त्यातील निकोटीनमुळे खरबरीत आणि चिकट झालेल्या बोटांनीच ते त्या पानांच्या छोट्या-छोट्या जुड्या बांधत. नंतर सुकण्यासाठी तंबाखू साठवण्याच्या गुदामातील छताला असलेल्या वाशाला त्या जुड्या टांगून ठेवत.

ह्या सगळ्या कामाच्या धांदलीत डेचे शिक्षण मात्र मागे पडले. शिक्षणाची त्याची गाडी जेमतेम चौथीपर्यंत पोचली आणि मग घर चालवण्यासाठी शेतात काम करणे भागच झाल्याने शाळा बंदच पडली. पण हेन्रीएटा मात्र सकाळी बागेला पाणी आणि कोंबड्या-घोड्यांना दाणा देण्याचे काम झाले की, दोन मैलांवर असलेल्या शाळेत जाण्यासाठी पायी निघायची. गोऱ्या मुलांसाठी असलेली शाळा ओलांडून पुढे जाताना हमखास तिला तिच्या काळेपणाबद्दल अनेक कुजके शेरे ऐकावे लागत. जवळ-जवळ रोजच छोटे-मोठे दगडही अंगावर येत. एका उंच झाडाखाली असलेल्या लाकडी तीन खोल्यांमध्ये कृष्णवर्णीय मुलांची ही शाळा भरत होती. मैदानात मुलांना खेळायला पाठवायची वेळ झाली की, शाळेत शिकवणाऱ्या मिसेस कोलमन मुलांना आणि मुलींना वेगळे करीत आणि मगच खेळण्याची परवानगी देत. शाळा सुटल्यावर हेन्रीएटा अर्थातच शेतात जात असे. दिवसभर शेतात काम करणाऱ्या ह्या मुलांसाठी मौज कोणती, तर गावातील खाडीजवळ वाळूत एक मोठ्ठा खड्डा करून तयार केलेला 'स्विमिंग पूल'. मोठाले दगड, काठ्या, पोती अशा तऱ्हेतऱ्हेच्या गोष्टींचा वापर करून मोठ्या कल्पकतेने बनवलेल्या ह्या तलावात पोहण्यासाठी केवळ ही मुलेच नाही तर विषारी-बिनविषारी सापसुद्धा कुठून तरी येत! दगड मारून ह्या 'आगंतुक पाहुण्यांना' हाकलून दिल्यावर त्या खड्ड्याशेजारी असलेल्या झाडांच्या फांद्या पकडून त्याला झोका घेत सगळे धपाधप त्या पाण्यात उड्या घेत. घराजवळ असलेल्या एका प्रचंड ओकच्या झाडाखाली पडून आकाशातील तारे बघणे किंवा त्याच झाडाला बांधलेल्या झोक्यावर झोके घेणे हा हेन्रीएटा आणि डेचा आवडता उद्योग. रात्री त्या घरात छोट्याशा स्वयंपाकघराच्या वरती असलेल्या जागेत झोपण्यासाठी सगळी भावंडे एकत्र जमत. एकापुढे एक असे ओळीने झोपल्यावर मग कुजबुजत्या आवाजात गोष्टी रंगत. रात्री गावात फिरणाऱ्या, डोके नसलेल्या तंबाखूशेतकऱ्याच्या किंवा खाडीजवळ राहणाऱ्या आणि फक्त रात्रीच दिसणाऱ्या डोळे नसलेल्या माणसाच्या. कोणीतरी बघितलेल्या किंवा ऐकलेल्या भुता-खेतांच्या ह्या कहाण्या एकमेकांचे हात गच्च पकडून ऐकता-ऐकता कधी झोप लागत असे, ते कोणालाही कळत नसे. जाग येत असे, ती मात्र खाली स्वयंपाकघरात क्लोए आजीचा स्टोव्ह पेटल्यावर त्यावर होणाऱ्या खमंग बिस्किटाच्या वासाने.

दर महिन्यातून एक दिवस होणारी तंबाखूची कापणी आणि आधी कापून सुकवलेली तंबाखू घेऊन विक्रीसाठी दक्षिण बोस्टनला घेऊन जाणे हा आजोबांसकट सगळ्या मुलांसाठी एक जंगी कार्यक्रम असायचा. व्हर्जिनियामधील सगळेच

तंबाखूउत्पादक आपले पीक घेऊन त्या दिवशी बोस्टनमध्ये विक्रीसाठी येत. रात्री घोडागाडी घेऊन निघायचे आणि पहाटे-पहाटे लिलावाच्या गुदामापाशी उभ्या गाड्यांच्या रांगेत आपली गाडी लावायची – असा बाजारपेठेचा शिरस्ता. दक्षिण बोस्टनची ही तंबाखू बाजारपेठ त्या वेळी देशातील तंबाखूची दुसऱ्या क्रमांकाची बाजारपेठ असल्याने तिथे जगभरातून येणाऱ्या तंबाखूचा लिलाव व्हायचा. शिवाय 'मिस तंबाखू' किताब देणारी सौंदर्यस्पर्धा आणि तंबाखूपरेडसारखे उत्सवपण होत असत. टॉमी लॅक्स आपल्या तंबाखूच्या गाडीजवळ उभा राहून चांगला भाव मिळण्याची वाट बघत असताना हेन्रीएटा आणि सगळी भावंडे लिलाव करणाऱ्या लोकांच्या आवाजाची मोठ्या आवाजात नक्कल करीत त्या तंबाखूच्या ढिगाभोवती धुडगूस घालत असायची. लिलावाची वेळ संपून रात्र सुरू झाली की, लिलावात न विकली गेलेली तंबाखू गुदामाच्या तळमजल्यावर घेऊन जाण्यासाठी ही वानरसेना कामाला लागायची. मग तोच त्यांचा बिछाना होऊन त्या पानांच्या ढिगाऱ्यावर सगळे झोपून जात. गोरे शेतकरी वरच्या मजल्यावर असलेल्या स्वतंत्र खोल्यांमध्ये विश्रांती घेत असताना सगळे कृष्णवर्णीय उत्पादक मात्र तळमजल्यावर विश्रांती घेत. आणि आपल्याबरोबर गाड्यांना जुंपले जाणारे घोडे-शिंगरे आणि कुत्रीपण विश्रांतीसाठी आणत. गवत-कचरा ह्याच्याबरोबर दारूच्या रिकाम्या बाटल्यांचा पार छताला लागण्याइतका ढिगारा. ह्या पसाऱ्यातून जागा करून प्रत्येकाला आपली पथारी पसरावी लागत असे. रात्र चढू लागली की, त्या लिलावाच्या जागेला जाग यायची आणि दारू-सट्टा याच्याबरोबर देहविक्रीच्या व्यवसायाला ऊत येऊन क्वचित एखाद्या शेतकऱ्याचा मुडदासुद्धा पडायचा! तंबाखूच्या ढिगाऱ्यावर झोपलेली ही सगळी मुले त्या ढिगाऱ्यावर बसून भयचकित नजरेने हे सगळे बघत राहायची. सकाळी लिलाव संपवून तंबाखूच्या उरलेल्या जुड्या घेऊन सुरू होणारा परतीचा प्रवास हा सगळ्या मुलांसाठी कमालीचा आनंदाचा काळ असायचा. कारण एकच. परतीच्या प्रवासात होणारे लाड. भरपूर चीज, हॅम अशी खाण्याची चंगळ. हवा चांगली असेल; तर लिलावासाठी आलेली गोरी मंडळी बोस्टनच्या रस्त्यावर असलेल्या दागिन्यांची दुकाने, थिएटर, अनेक चर्चमधून तोंडात मोठाल्या सिगार आणि डोक्यावर मोठाल्या हॅट घालून फिरत असत. गोऱ्या श्रीमंत व्यापाऱ्यांच्या तंबाखू भरलेल्या बग्गी ओढण्यासाठी त्यांना लागणारे मजूर म्हणून काम करायला हेन्रीएटा आणि सगळी फौज उत्सुक असायची, कारण अर्थात त्यानंतर मिळणारी तब्बल दहा सेंटची मजुरी. काऊबॉयचा पराक्रम सांगणाऱ्या त्यांच्या आवडत्या सिनेमासाठी (अर्थात मूक आणि श्वेत-धवल) हे

पैसे खर्च होत. प्रोजेक्टरच्या अगदी जवळ कृष्णवर्णीय लोकांसाठी राखून ठेवलेल्या भागात बसून श्वास रोखून, भान विसरून सगळी मुले त्या सिनेमात बुडून जात.

◆

सतत एकत्र राहणारे-वाढणारे हेन्रीएटा आणि डे अगदी स्वाभाविकपणे एकमेकांच्या प्रेमात पडले खरे, पण ह्या कहाणीत एक खलनायकही होता. हेन्रीएटाचा दुसरा चुलतभाऊ जो ग्रीनन. उंचापुरा, तगडा, काळा-सावळ्या रंगाचा ग्रीनन हेन्रीएटासाठी एवढा पागल झाला होता की, तिने आपल्याकडे लक्ष द्यावे ह्यासाठी तो काहीही करायला तयार असायचा. अतिशय मोहक स्मितहास्य आणि बदामाच्या आकाराचे डोळे असलेली हेन्रीएटा ही त्या परिसरातील सर्वात सुंदर तरुणी होती. तिला मागणी घालत तिच्याभोवती सतत फिरत असलेला ग्रीनन एकदा इतका इरेला पडला की, त्याला भेटण्यास हेन्रीएटाने नकार देताच त्याने पलीकडेच असलेल्या एक गोठलेल्या तळ्यात उडी घेतली आणि जोवर हेन्रीएटा भेटण्यास होकार देत नाही तोवर बाहेर यायला नकार दिला! पण एव्हाना हेन्रीएटा डेच्या प्रेमात आकंठ बुडाली होती. वयाच्या चौथ्या वर्षापासून ज्या डेबरोबर ती एका खोलीत झोपत होती, त्या डेपासून तिला चौदाव्या वर्षी एक अपत्य झाले होते. आपल्या ह्या पहिल्या अपत्याचे नाव त्यांनी ठेवले लॉरेन्स. त्यानंतर चारच वर्षांनी हेन्रीएटाने एल्सीला जन्म दिला. ही दोन्ही मुले घरातच जन्माला आली. एल्सी जन्माला आली तो काळ एपिलेप्सी किंवा तशा प्रकारचा मेंदूविकार ओळखण्याचा नसावा; त्यामुळेच एल्सी ही फार साधी, भोळी मुलगी आहे, असे तिचे वर्णन लोक करीत असत. एल्सीला ह्या जगात येण्याची एवढी घाई झाली होती की, हेन्रीएटाचे बाळंतपण करण्यासाठी डे नर्सला घेऊन येईपर्यंत एल्सी आपल्या आईच्या पोटातून जणू उडी घेऊन बाहेर आली आणि जमिनीवर दणकन आदळली. त्या नवजात मुलीचे डोके जमिनीवर आपटल्याने तिला दुखापत होऊन तिची बुद्धी एखाद्या छोट्या बाळाप्रमाणे राहिली असावी, असे तिला बघणाऱ्या प्रत्येकाला वाटत होते.

दोन मुलांना जन्म दिल्यानंतर हेन्रीएटा आणि डे ह्या दोघांनीच एप्रिलमध्ये एका धर्मगुरूकडे जाऊन विवाह केला. तो दिवस होता १० एप्रिल १९४१. तेव्हा हेन्रीएटा २० वर्षांची आणि डेव्हिड लॅक्स २५ वर्षांचा होता. खिशात पैसे नसल्यामुळे हनिमूनसाठी कुठे जाण्याचा विचार सुद्धा दोघांनी केला नाही, शिवाय तंबाखूच्या शेतात भरपूर कामही त्यांची वाट बघत होते. नोव्हेंबरपासून अमेरिका

युद्धात गुंतली होती आणि आणि सर्व सिगरेट कंपन्या आपल्या सैनिकांना मोफत सिगरेट पुरवण्याच्या मोहिमेवर असल्याने तंबाखूबाजारात कमालीची तेजी होती. ह्या सौद्यात बड्या उत्पादकांची चंगळ आणि छोट्या उत्पादकांचा संघर्ष अशीच परिस्थिती होती. नशिबाने डोक्यावर हात ठेवला, तर आपल्या मुलांचे आणि कुटुंबाचे पोट भरण्याइतपत आणि पुढील वर्षीच्या लागवडीची बेगमी करण्याइतपत तंबाखू हेन्रीएटा आणि लॅक्सच्या शेतात पिकत असे, त्यासाठी हातात नांगर धरून दोघांना शेतात उभे राहावे लागत होते. खऱ्या अर्थाने त्यांचा संसार सुरू झाला होता.

पण दुसऱ्या महायुद्धाचे वारे जोरात वाहू लागले आणि अकस्मात हेन्रीएटा लॅक्सच्या कुटुंबापुढे अधिक पैसे मिळवून देणारी एक संधी आली. त्यात कष्टांचा भार कमी नव्हता; पण शेतीच्या आयुष्यात असतो, तसा नशिबावर हवाला नव्हता. मात्र त्यासाठी त्यांना क्लोव्हर सोडून बाल्टिमोरला स्थलांतर करावे लागणार होते. एक वर्षापूर्वीच क्लोव्हरमधील आपली तंबाखूची शेती सोडून बेथेलहेम स्टीलच्या कंपनीत काम करण्यासाठी गेलेला त्यांचा चुलतभाऊ फ्रेड त्यांना तिथे काम करण्यासाठी बोलवत होता. बेथेलहेम स्टील कंपनीची स्पॅरो पॉइंट स्टील मिल

हेन्रीएटा आणि डेव्हिड लॅक्स

१८०० साली सुरू झाली. मिलमध्ये काम करणाऱ्या कृष्णवर्णीय मजुरांनी डाऊनटाऊन बाल्टिमोरपासून वीसेक मैलांवर टर्नर स्टेशन नावाच्या वसाहतीत आपले संसार मांडले, तेव्हा ती जागा दलदलीने भरलेली आणि लाकडी फळकुटांनी बनवलेले तात्पुरते रस्ते असलेली बकाल वसाहत होती. पहिल्या महायुद्धात लोखंडाची मागणी वाढू लागली, तशी गोऱ्या कामगारांची वर्दळ तिथे वाढू लागली. पण तरी पाणीपुरवठा, सांडपाण्याची व्यवस्था, शाळा हे प्रश्न गावाला सतावत होतेच. दुसऱ्या महायुद्धाला तोंड फुटता-फुटता लोखंडाची मागणी वाढू लागली, तसे टर्नर स्टेशन कात टाकू लागले. वसाहतीत रस्ते आले, एक डॉक्टर आला आणि गावाला रोजच्या गरजेपुरता किराणा पुरवणारे एक दुकानही उभे राहिले. टर्नर स्टेशनचे नशीब पालटले ते १९४१ साली डिसेंबरमध्ये जपानने पर्ल हार्बर बेटावर केलेल्या हल्ल्यामुळे आणि हल्ल्यानंतर. हा हल्ला ही जणू टर्नर स्टेशनला लागलेली लॉटरी ठरावी, इतकी त्यानंतर लोखंडाची मागणी वाढली. वाढली कसली, अक्षरश: आकाशाला भिडली. लोखंडाच्या वाढत्या मागणीबरोबर कामगारांची गरजसुद्धा वाढू लागली. टर्नर स्टेशनमध्ये येणाऱ्या कामगारांच्या दैनंदिन गरजांसाठी शासनाने पैसा ओतायला सुरवात केली आणि ह्या बकाल वसाहतीचे रूप हळूहळू बदलू लागले. पाठीला पाठ लावून एक मजली, दोनमजली घरे दाटीवाटीने उभी राहू लागली. विटांच्या भिंती आणि माथ्यावर पत्रे एवढ्या ऐवजावर उभ्या राहणाऱ्या ह्या काड्यापेट्यासारख्या घरांमधून काळ्या मजुरांची गर्दी वाढू लागली. पुरेश्या कामाअभावी अतिशय हलाखीचे जिणे जगत असलेल्या दक्षिणेकडील अनेक कुटुंबांसाठी बेथेलहेम स्टील कंपनी ही सोन्याची खाणच असल्याची बातमी पसरली आणि मेरीलँडपासून व्हर्जिनियापर्यंत दक्षिणेकडील भागातून कृष्णवर्णीय स्थलांतरितांचा एक मोठा ओघ बाल्टिमोरकडे सुरू झाला.

लोखंडाच्या मिलमध्ये काम करणे सोपे नव्हते. ज्या कामांना गोरे हातसुद्धा लावणार नाही, अशी कमालीची शारीरिक कष्टांची कामे ह्या मजुरांच्या वाट्याला येत होती. ड्रिलिंग किंवा वेल्डिंग करताना खाली ३०-४० फूट खोलवर पडलेल्या खड्ड्यांमधील नटबोल्ट गोळा करण्यापासून ह्या कामाचे शिक्षण सुरू होत असे. त्यानंतर ह्या लोकांच्या वाट्याला येणारे काम म्हणजे बॉयलर रूममध्ये धगधगत असलेल्या भट्ट्यांमध्ये कोळसे टाकण्याचे. तिथे उडणारी कोळशाची आणि ॲसबेस्टॉसचे घातक, विषारी कण असलेली धूळ आपल्या श्वासातून फुफ्फुसात आणि अंगा-खांद्यावर घेणारे हे कामगार ती धूळ घेऊन आपल्या कुटुंबात येत आणि त्यांचे कपडे धुणाऱ्या बायको-मुलींपर्यंत ती पोचवत. ह्या कामाबद्दल प्रत्येकाला तासाला आठ सेंट इतकी मजुरी मिळत होती. कधी-कधी त्यापेक्षासुद्धा

कमी. गोऱ्या कामगारांना मिळणारा पगार अर्थातच अधिक होता, पण फ्रेडसारख्या असंख्य काळ्या कामगारांची त्याबद्दल अजिबात तक्रार नव्हती. निसर्गाच्या लहरीवर तंबाखू पिकवणाऱ्या लॅक्स कुटुंबासारख्या कित्येक कृष्णवर्णीय कुटुंबांनी एका तासाला आठ सेंट एवढे पैसे आजवर कधीच बघितले नव्हते. आपल्या कमाईवर खूष असलेला फ्रेड आता हेन्रीएटा आणि डे ह्या दोघांनी बाल्टिमोरला यावे ह्यासाठी त्यांचे मन वळवण्यासाठी क्लोव्हरला आला होता. त्यासाठी त्याला फार कष्ट करावे लागले नाहीत. दुपारीच त्याने डेचे बाल्टिमोरच्या बसचे तिकीट काढले. घर घेण्यापुरते पैसे जमेपर्यंत फक्त डेने बाल्टिमोरला जायचे आणि हेन्रीएटाने क्लोव्हरमध्ये राहून मुले आणि शेतातील तंबाखूच्या पिकाची काळजी घ्यायची, असे ठरले आणि डे रवाना झाला. काही महिन्यांतच फ्रेडला कामासाठी दुसऱ्या देशात जाण्याची ऑर्डर मिळाली. नव्या, अधिक मोठ्या आणि अधिक पगार देणाऱ्या कामगिरीवर रवाना होण्यापूर्वी फ्रेडने आपल्याकडील सगळे पैसे डेच्या स्वाधीन करीत सांगितले, "हेन्रीएटा आणि मुलांना घेऊन यायची वेळ झालीय."

दोन मुलांना आपल्या दोन बाजूला बसवत हेन्रीएटा कोळशाच्या इंधनावर चालणाऱ्या ट्रेनमध्ये बसली. जाणत्या वयापासून तिच्या आयुष्याचा एक भाग असलेले ते तंबाखूचे शेत, कित्येक उन्हाळ्यात डोक्यावर सावली धरणारा शंभर वर्षांचा भला थोरला ओक वृक्ष मागे पडत असताना तिला थोडी हुरहूर लागली होती. पण तिच्या कुटुंबाच्या आर्थिक स्थैर्यासाठी तिला हे करणे भाग होते. तिच्या कुटुंबासारख्याच अनेक कृष्णवर्णीय कुटुंबांनासुद्धा! चाळीसच्या दशकात हेन्रीएटा बाल्टिमोरमध्ये आली, तेव्हा ह्या गावाची भरभराट सुरू झाली होती. पण दुसरे महायुद्ध संपता-संपता स्पॅरो पॉइंट मिलमध्ये कामगार कपात सुरू झाली. बाल्टिमोर गॅस आणि इलेक्ट्रिक ह्या नव्याने सुरू होणाऱ्या कंपनीने त्यांच्या पॉवर प्लांटसाठी तीनशे घरे, अर्थातच बहुसंख्य कृष्णवर्णीय कुटुंबांची, जमीनदोस्त करीत बाराशे-तेराशे लोकांना बेघर केले. जास्तीत-जास्त जमीन आता औद्योगिक वापराखाली येणार होती, ह्याचा अर्थ अधिकाधिक घरे जमीनदोस्त होणार होती आणि कुटुंबे बेघर! ह्यातील बहुसंख्य लोक पूर्व बाल्टिमोरकडे स्थलांतरित झाले किंवा आपल्या प्रांतात परत गेले. पन्नाशीचे दशक उजाडण्यापूर्वी टर्नर स्टेशनची लोकसंख्या निम्म्याने घटली. हेन्रीएटा ज्या काळात टर्नर स्टेशन येथे राहत होती, त्या काळात घराच्या बाहेर पडताना घराला कुलूप लावण्याची गरज पडायची नाही – असा त्याचा लौकिक होता. पण आता गावाचा तो तोंडावळा बदलला. हेन्रीएटाची मुले ज्या मोकळ्या पटांगणात खेळत होती, तिथे तेरा हजार फुटांची भलीथोरली भिंत

उभी राहिली. दुकाने, कॅफे, शाळा बंद पडू लागल्या आणि ड्रग्जचा व्यापार करणाऱ्या टोळ्या आणि हिंसा वाढू लागली. त्याबरोबरीने गावातील चर्चची संख्या सुद्धा...

बाल्टिमोर शहर हेन्रीएटाला कधी फारसे आवडले नव्हते. त्यामुळे शनिवार-रविवार येताच ती मुलांना घेऊन क्लोव्हरला निघत असे. क्लोव्हरच तिला आपले गाव वाटत होते. तिच्या बालपणाच्या कितीतरी आठवणींची मुळे त्या गावात घट्ट रुजलेली होती.

□□

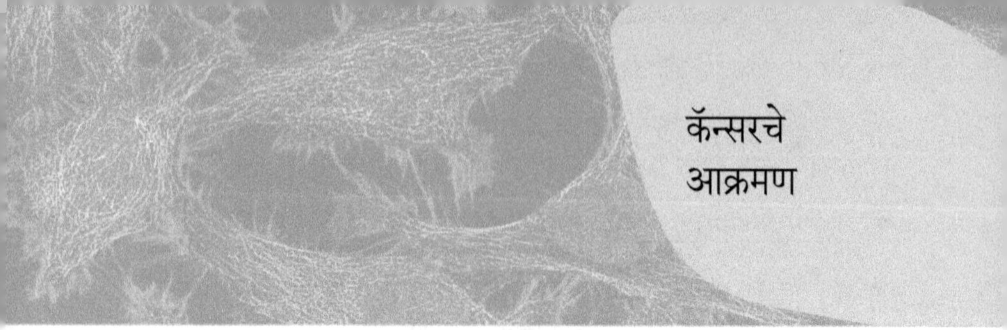

कॅन्सरचे आक्रमण

पाच मुलांची आई झालेली एकतीस वर्षांची हेन्रीएटा लॅक्स जॉन हॉपकिन्स हॉस्पिटलमध्ये तपासणीसाठी आली, तो दिवस होता- २९ जानेवारी १९५१. पोटात भली मोठी गाठ वाढत असल्याची तक्रार घेऊन ती आली होती. हॉस्पिटलच्या इमारतीच्या बाहेर, तांब्याच्या दिमाखदार घुमटाखाली उभ्या असलेल्या भव्य येशूच्या पुतळ्याचे दर्शन घेऊन मगच पुढे जायचे, हा लॅक्स कुटुंबीयांचा शिरस्ता होता. दोन्ही बाहू फैलावून उभा, लक्ष वेधून घेणारा येशूचा हा संगमरवरी पुतळा एकेकाळी हॉस्पिटलच्या मुख्य प्रवेशदाराजवळ होता. येशूच्या पायांजवळ जायचे, पावलांवर श्रद्धेने हात फिरवून मग त्यावर फुले वाहायची आणि प्रार्थना म्हणून त्याचे आशीर्वाद घेऊन पुढे जायचे हे ठरलेले. पण त्या दिवशी मात्र आपल्या जुन्यापुराण्या ब्यूक गाडीतून हेन्रीएटा उतरली ती मागे वळून गाडीत असलेल्या दोन तान्ह्या आणि तिसऱ्या, जरा मोठ्या, मुलांकडे वळूनसुद्धा न बघता थेट आत पळाली. बाहेर सुरू असलेल्या भुरभूर पावसापासून रक्षण करण्यासाठी तिने अंगातील जाकीट डोक्यावर ओढून घेतले. इकडे डेव्हिडने गाडीच्या मागच्या सीटवर असलेल्या मुलांना पाऊस लागू नये म्हणून हॉस्पिटलच्या बाहेर असलेल्या एका भल्या मोठ्या ओक वृक्षाच्या खाली आपली गाडी पार्क केली होती. तिन्ही मुलांची चुळबुळ सुरू होती. डेव्हिड शांतपणे गाडीच्या स्टियरिंगवर बोटे आपटत पाऊस बघत बसला होता.

हॉस्पिटलमध्ये शिरलेली हेन्रीएटा थेट प्रशस्त अशा स्त्री-रोगतज्ञ विभागात शिरली. चर्चमध्ये असतात तसे लाकडी बाक ओळीने मांडलेला तो विभाग त्यावेळी रिकामा होता. ''माझ्या पोटात गाठ आहे. मला तातडीनं डॉक्टरांना भेटायचंय–'' स्वागतिकेपाशी जात ती म्हणाली. गेल्या एक वर्षापासून हेन्रीएटा ह्या गाठीबद्दल आपल्या जवळच्या मैत्रिणींशी बोलत होती. पोटात काहीतरी गडबड आहे, हे तिला सतत जाणवत होते. एका रात्री जेवण झाल्यावर आपल्या

चुलतबहिणी मार्गरिट आणि सॅडी ह्यांच्याबरोबर गप्पा मारत असताना एकदम गंभीर होत ती म्हणाली, ''सॅडी, माझ्या आत एक गाठ आलीय...''

''काय?'' सॅडीने विचारले.

''गाठ गं... फार दुखतेय ती...''

ह्या वेदनांची सर्वात प्रथम जाणीव तिला डेव्हिडशी शरीरसंबंध करताना झाली होती. तिचे चौथे अपत्य डेबोराच्या जन्मानंतर. तिच्या जन्मानंतर काही आठवड्यांतच ह्या वेदनेची जाणीव तिला झाली; तेव्हा त्या वेदनेचा संबंध त्या बाळंतपणाशी असावा, असे तिला वाटत होते. पण अनेकदा ह्या संशयाची सुई डेव्हिडकडेही वळत असे. आपल्या बाळंतपणाच्या काळात 'भलभलत्या' स्त्रियांकडे जाणाऱ्या डेव्हिडमुळे आणि त्या स्त्रियांना दिल्या जाणाऱ्या पेनिसिलीनसारख्या इंजेक्शनांमुळे आपल्याला काहीतरी रोग जडला असावा, अशीही शंका तिला यायची. हेन्रीएटाने दोघी बहिणींचे हात आपल्या पोटाकडे नेत पोटावर दाबले. डेबोरा पोटात असताना तिने सर्वात प्रथम पोटात लाथ मारली, तेव्हासुद्धा तिने ह्या दोघींचे हात आपल्या पोटावर ठेवत आपल्या पोटातील बाळाची 'ओळख' करून दिली होती!

''तुमच्या हाताला लागतंय काही?'' तिने त्या दोघींना विचारले.

त्या दोघींनी पुन्हा-पुन्हा आपली बोटे तिच्या पोटावर दाबून, चाचपून बघितले.

''मला काहीच कळत नाहीय.. कदाचित तुला पुन्हा दिवस गेले असतील आणि ह्या वेळी ते बाळ गर्भाशयाच्या बाहेर वाढत असेल... तुला ठाऊक आहे ना, बाळंतपणाच्या बाबतीत काहीही घडू शकतं!'' सॅडी म्हणाली.

''मला दिवस नक्कीच गेले नाहीयत....ही नक्कीच गाठ आहे...'' हेन्रीएटा म्हणाली.

''हेनी, तू लगेच जाऊन तपासणी करून ये. काय सांगता, कदाचित काही चिंता करण्यासारखं असेल...''

पण हेन्रीएटा काही लगेच तपासणी करायला गेली नाही आणि तीन बहिणींमध्ये झालेला तो संवाद तिथेच संपला. त्या काळात कॅन्सरबद्दल खुलेपणाने फार क्वचित बोलले जात होते. 'हेन्रीएटा ही गोष्ट लपवून ठेवतीय; कारण एकदा तपासणी झाल्यावर डॉक्टर आपल्याला मूल होऊ देणार नाहीत, अशी तिला भीती वाटत असावी.' असे सॅडीला वाटत होते. आपल्या बहिणींशी बोलल्यावर जेमतेम आठवडा होत नाही, तोच हेन्रीएटाला जाणवले, आपल्याला पुन्हा दिवस गेले आहेत! २९ वर्षांच्या हेन्रीएटाला पाचव्यांदा दिवस गेले होते. पोटात होणाऱ्या वेदनेचा संबंध बहुदा ह्या बाळाशी असावा, असे ह्या दोघी बहिणी तिला पुन्हा-पुन्हा म्हणत होत्या आणि हेन्रीएटा ते पुन्हा-पुन्हा नाकारत होती.

"दिवस जाण्यापूर्वी पण ह्या वेदना होत्याच, हे काहीतरी वेगळंच आहे..."

पण तरीही ही चर्चा आणि तक्रार तिने कधी डेव्हिडकडे केली नाही. जोसेफ जन्माला आला. अगदी कमी अंतराने जन्माला आलेल्या पाच मुलांचे संगोपन हेन्रीएटाला दिवसभर पुरत होते. पण पाचव्या बाळंतपणानंतर जेमतेम चार-साडेचार महिन्यांनी हेन्रीएटाला आपल्या अंतर्वस्त्रांवर रक्ताचे डाग दिसले आणि ती चांगलीच दचकली. मासिक पाळीची तारीख नक्कीच आली नव्हती, मग अवेळी हे रक्त कसे? घाईघाईने बाथरूममध्ये जाऊन तिने टबमध्ये पाणी सोडले. तो भरल्यावर त्यात पाय सोडत ती हलकेच आत उतरली आणि पाय पसरून बसली. बाथरूमचा दरवाजा बंद केला आणि दोन मांड्यांच्या मधून एक बोट हलकेच योनीमार्गात घालून ती ते फिरवू लागली. गर्भाशयमुखापर्यंत ती चाचपत होती. काही क्षणातच तिच्या हाताला तो स्पर्श झाला... शंकाच नाही... तोच स्पर्श. कडक गाठीचा. गर्भाशयाच्या डाव्या बाजूला कोणीतरी एखादा दगड ठेवावा, असा होता तो स्पर्श! हेन्रीएटा टबमधून बाहेर आली. अंग कोरडे करून कपडे घालून ती डेव्हिडकडे गेली आणि म्हणाली, "मला डॉक्टरकडे घेऊन चल. मला रक्तस्राव होतोय आणि तोही अवेळी..."

तिच्या नेहमीच्या डॉक्टरांनी तिला तपासले, ती गाठ बघितली आणि सिफिलीसमुळे ती झाली असावी, अशी शंका व्यक्त केली. पण चाचणीतून ते निदान चुकीचे सिद्ध झाल्यावर त्याने हेन्रीएटाला जॉन हॉपकिन्सच्या स्त्रीरोगविभागात तपासणी करण्यासाठी जाण्यास सुचवले.

हॉपकिन्स हे त्यावेळी अमेरिकेतील एक प्रसिद्ध हॉस्पिटल होते. १८८९ साली सामाजिक दातृत्वाच्या भावनेतून आजारी आणि गरिबांसाठी हे हॉस्पिटल सुरू केले गेले. पूर्व बाल्टिमोरमधील एकेकाळचे मनोरुग्णांसाठीचे अनाथालय आणि दफनभूमी मिळून दहा-बारा एकर जागा ह्या हॉस्पिटलने व्यापली होती. हॉस्पिटलमधील सार्वजनिक वॉर्ड हे गरीब आणि उपचारांचा खर्च ज्यांना झेपणार नाही, अशा लोकांनी – त्यात बहुसंख्य कृष्णवर्णीय लोकांनी भरलेला असायचा. डेव्हिड जवळ-जवळ वीस मैलांचा पल्ला पार करून हेन्रीएटाला तिथे घेऊन आला, त्याचे कारण तिला त्याच हॉस्पिटलमध्ये तपासण्याचा त्याचा आग्रह वगैरे होता, असे अजिबात नव्हते; तर कृष्णवर्णीय लोकांवर उपचार करणारे त्या परिसरातील ते एकमेव प्रमुख हॉस्पिटल होते, हे त्याचे कारण होते. कृष्णवर्णीय रुग्णांनी गोऱ्यांसाठी असलेल्या रुग्णालयाकडे डोळे उचलून बघणे हा जणू गुन्हा ठरावा, असा तो काळ होता. असे रुग्ण चुकून गोऱ्यांच्या हॉस्पिटलमध्ये गेलेच; तर त्यांना तिथून हाकलून लावण्याचा जमाना, भले तो रुग्ण वाटेत उपचारांअभावी

मेला तरी चालेल..! हॉपकिन्समध्येसुद्धा हा वर्णभेद होताच. तिथे कृष्णवर्णीयांसाठी स्वच्छतागृहे वेगळी होती, पिण्याच्या पाण्याचे नळ वेगळे आणि रुग्णतपासणीसाठी असलेले वॉर्डसुद्धा वेगळे.

नर्सने हेन्रीएटाला तपासणीसाठी आत बोलावले आणि राखीव तपासणीकक्षात तिला घेऊन गेली. एका मोठ्या खोलीत काचेने विभागलेले अनेक तपासणीकक्ष तिथे होते. दोन काचांच्या पलीकडे असलेल्या नर्स एकमेकींशी बोलू व बघू शकत होत्या. हेन्रीएटाने अंगावरचे कपडे उतरवून कडक इस्त्री केलेला पांढऱ्या रंगाचा हॉस्पिटल गाऊन चढवला आणि तपासणीच्या टेबलवर त्या वेळी कामावर असलेल्या स्त्रीरोगतज्ज्ञाची वाट बघत पडून राहिली. तिला तपासण्यासाठी आलेले हॉवर्ड जोन्स सडपातळ, वृद्ध आणि मृदू आवाजाचे होते. ते हेन्रीएटाजवळ येताच ती त्यांना आपल्या पोटातील गाठीबद्दल सांगू लागली. ते ऐकता-ऐकता डॉ. जोन्स एकीकडे तिच्याविषयी अधिक तपशील देणारा तक्ता वाचत होते. तिचे कौटुंबिक आयुष्य आणि आजवर उपचार तिच्यावर केले गेलेले उपचार ह्याचे तपशीलवार वर्णन त्यात होते-

'पाचवी- सहावीपर्यंत शिकलेली पाच मुलांची आई. गृहिणी. लहानपणापासून वारंवार घशाला होणाऱ्या जंतुसंसर्गामुळे श्वसनाचा त्रास. नाकाचे हाड वाकडे, त्यावर शस्त्रक्रिया करून घेण्याची डॉक्टरांची शिफारस. पण रुग्णाचे त्याकडे दुर्लक्ष. पाच वर्षे दातदुखीची तक्रार, अखेरीस त्या दुखऱ्या दातासह अनेक दात काढून टाकलेले. सगळ्यात मोठे अपत्य असलेल्या मुलीला वारंवार फिट येण्याचा त्रास. त्या गोष्टीचा तणाव वगळता एकूण आयुष्य आनंदी. क्वचित मद्यपान करण्याची सवय. सर्वसाधारण पोषण असलेली, डॉक्टरांना सहकार्य करणारी स्त्री. दहा भावंडांपैकी एक. त्यापैकी एकाचा कार अपघातात, एकाचा हृदयरोगाने आणि एकाचा विषप्रयोगाने मृत्यू. रुग्णाला मागील दोन बाळंतपणात योनीमार्गातून अकारण रक्तस्राव आणि लघवीत रक्ताचे अंश. सिकल सेल तपासणी करण्याची डॉक्टरांची शिफारस रुग्णाला अमान्य. गेली १५ वर्षे पतीबरोबर शरीर संबंध, पण ह्या संबंधांमध्ये फारशी रुची नाही. रुग्णाला कोणतीही लक्षणे न दाखवणारा मज्जासंस्थेचा सिफिलीस, पण त्यावर उपचार घेण्यास नकार. पाचव्या मुलाच्या बाळंतपणानंतर, ह्या भेटीपूर्वी दोन महिने आधी रुग्णाला लघवीवाटे रक्तस्राव. गर्भाशयमुखाजवळ पेशीस्तरावर लक्षणीय बदल. तज्ज्ञाकडून निदान करण्याची आणि जंतुसंसर्ग किंवा कॅन्सरची शक्यता पडताळून बघण्याची शिफारस. ठरवलेल्या वेळेला रुग्ण अनुपस्थित. ह्या भेटीपूर्वी एक महिना आधी झालेल्या तपासणीत रुग्णाला गुप्तरोग झाल्याचे निदान. पुन्हा तपासणीसाठी आणि उपचारासाठी

येण्याची शिफारस, त्याला प्रतिसाद नाही.'

हेन्रीएटा उपचारांचा पाठपुरावा करण्यासाठी हॉस्पिटलमध्ये गेली नाही, त्यात फारसे नवल नव्हते; कारण हॉपकिन्समध्ये येणे हे तिच्यासाठी एखाद्या दुसऱ्या अशा देशात जाण्यासारखे होते, ज्या देशाची भाषा तिला बोलता येत नव्हती. तिला ज्या गोष्टी ठाऊक होत्या, त्या फार वेगळ्या होत्या. तंबाखूची पाने कशी वेगाने तोडायची किंवा डुकराची कत्तल कशी सफाईने करायची, ते तिला चांगले ठाऊक होते; पण 'गर्भाशयमुख' किंवा 'बायोप्सी' असे कोणतेही शब्द मात्र तिच्या कधीच कानावरसुद्धा पडले नव्हते. तिला फारसे लिहिता-वाचता येत नव्हते आणि शाळेत विज्ञानविषय शिकण्याच्या फंदात ती कधी फारशी पडली नव्हती. पण शारीरिक त्रास सुरू झाला आणि त्या त्रासावर कोणताच उपाय सापडला नाही की अन्य कोणताच पर्याय ठाऊक नसलेले अनेक कृष्णवर्णीय रुग्ण जसे हॉपकिन्समध्ये येत, तशीच हेन्रीएटा येत असे.

आपल्याला होत असलेल्या वेदना, वेळी-अवेळी होत असलेला रक्तस्राव आणि त्याबद्दल वाटत असलेली भीती ह्या सगळ्या गोष्टी हेन्रीएटा डॉ. जोन्स ह्यांच्याशी मोकळेपणाने बोलत होती. 'आपल्या गर्भाशयाच्या तोंडाशी काहीतरी आजार झाला आहे, हे तिला ठाऊक होते, असे ती तेव्हा वारंवार म्हणत होती.' अशी नोंद डॉ. जोन्स ह्यांनी करून ठेवली आहे. 'काहीतरी आजार झाला आहे – असे तिला का वाटत होते, असे तिला विचारले; तेव्हा ती म्हणत होती, त्या ठिकाणी गाठ किंवा तसेच काहीतरी आहे, असे तिला जाणवत होते, त्याचा स्पर्श ती अनुभवत होती.' असेही त्यांनी पुढे लिहिले आहे. तपासणीच्या टेबलावर पाय पसरून झोपलेली हेन्रीएटा वरच्या आढ्याकडे बघत होती. दोन्ही हाताच्या मुठी गच्च आवळून पावलांची अस्वस्थ हालचाल करीत होती. कशाची असेल ही गाठ नेमकी? रक्ताची? की बाळंतपणात काही साठून राहिले असेल तिथे? बाळंतपण झाल्यावर सगळ्याच बायकांना असा अनुभव येत असेल का? पण मग ह्या वेदना कशाच्या? वारंवार मुलांना जन्म देणारे हे शरीर जाणून घेण्याची वेळच यापूर्वी कधी आली नव्हती आणि त्याची गरजही भासली नव्हती. आजवर न पडलेल्या शेकडो प्रश्नांचे मोहोळ तिच्या मनात उठले होते. ज्या गाठीचे वर्णन हेन्रीएटा करीत होती, ती गाठ डॉ. जोन्सच्या हाताला लागली अखेर! स्पर्शाला कडक अशी ती गाठ एखाद्या झिजलेल्या मोठ्या नाण्याएवढी होती, गर्भाशयमुख जर घड्याळाच्या तबकडीसारखे मानले, तर त्यातील चारच्या आकड्यावर ती गाठ होती. ह्यापूर्वी जोन्सने गर्भाशयमुखाजवळ वाढलेल्या हजारो गाठी बघितल्या होत्या, पण अशी गाठ कधीच नव्हती बघितली. जांभळट रंगाची, चकाकणारी.

थोडा स्पर्श होताच त्यातून रक्तस्त्राव होत होता. जोन्सने त्याचा एक अगदी छोटा तुकडा कापून घेतला आणि तो पुढील तपासणीसाठी खालच्या मजल्यावर असलेल्या प्रयोगशाळेत पाठवून दिला.

त्यानंतर जोन्सने हेन्रीएटाबद्दल आणि तिच्या निदानाबद्दल काही तपशील लिहून घेण्यास आपल्या सहायकाला सांगितले. आश्चर्याची बाब म्हणजे, ह्या हॉस्पिटलमध्ये १९५० साली १९ सप्टेंबरला तिचे एक बाळंतपण झाले आणि त्यावेळी किंवा सहा आठवड्यानंतर ती परत तपासणीसाठी आली; तेव्हा तिच्या गर्भाशयमुखामध्ये काहीतरी अनसैर्गिक आहे, असे अजिबात नोंदवले गेलेले नाही – असे डॉ. जोन्स ह्यांनी लिहिण्यास सांगितले.

◆

सर्व कॅन्सर हे पेशींच्या बिघडलेल्या वर्तनामुळे शरीरात जन्म घेतात आणि कोणत्या पेशीचे वर्तन बिघडले आहे, त्यावरून त्याचा प्रकार ठरत असतो. गर्भाशयमुखावर असलेल्या आणि पर्यायाने त्याचे संरक्षण करणाऱ्या आवरणात ह्या पेशी वाढतात. हेन्रीएटा जेव्हा तिच्या अनैसर्गिक रक्तस्त्रावाची तक्रार घेऊन हॉपकिन्समध्ये आली; त्याच सुमारास गर्भाशयमुखाच्या कॅन्सरवर कोणत्या प्रकारचे उपचार करावे आणि हा कॅन्सर कसा होतो, ह्यावर देशव्यापी गरमागरम चर्चा सुरू होती. त्यात महत्त्वाचा सहभाग होता तो जोन्स हॉवर्ड आणि त्याचा वरिष्ठ रिचर्ड वेस्ली टेलिंड ह्या दोघांचा. छप्पन्न वर्षाचे आणि कमालीची टापटीप राहणी असलेले वेस्ली हे देशातील आघाडीचे गर्भाशयमुख कॅन्सरचे तज्ज्ञ मानले जात होते. दहा बारा वर्षांपूर्वी बर्फावर स्केटींग करताना झालेल्या एका अपघातात एक पाय दुखावल्याने लंगडत चालणाऱ्या वेस्ली ह्यांना हॉपकिन्स हॉस्पिटलमध्ये सगळे अंकल डिक नावाने संबोधित. स्त्रियांची पाळी जाण्याच्या काळात दिसणाऱ्या लक्षणांवर इस्ट्रोजनचा वापर प्रभावी ठरतो, हे त्यांनीच शोधले होते. त्यांची कीर्ती देशाच्या सीमा ओलांडून इतकी दूरवर गेली होती की, जेव्हा मोरोक्कोच्या राजाची राणी आजारी पडली; तेव्हा वेस्लीने तिच्यावर उपचार करावे, असा आग्रह राजाने धरला होता. हेन्रीएटा हॉपकिन्समध्ये उपचारांसाठी आली; तेव्हा वेस्ली ह्यांनी गर्भाशयमुख कॅन्सरबाबत असा सिद्धांत विकसित केला होता की, तो बरोबर ठरला असता, तर लाखो स्त्रियांचे प्राण वाचले असते. पण त्या सिद्धांतावर फार थोड्या लोकांचा विश्वास होता.

गर्भाशयमुख कॅन्सर दोन प्रकारचा असतो. मुखाचा पृष्ठभाग भेदून आत गेलेला आक्रमक कॅन्सर आणि दुसरा तुलनेने कमी आक्रमक असलेला मवाळ

कॅन्सर. ह्या कमी आक्रमक कॅन्सरला 'शुगर आयसिंग कॅन्सर' असे मोठे 'गोड' नाव होते. हा कॅन्सर गर्भाशयमुखाच्या फक्त मऊ आवरणावर वाढत असल्याने हे नाव त्याला मिळाले होते. आक्रमक कॅन्सर हा धोकादायक असतो, असा त्या काळात डॉक्टरांचा विश्वास होता आणि म्हणून ते त्या कॅन्सरवर तशाच आक्रमकपणे उपचारपण करत होते. मवाळ कॅन्सर पसरण्याची शक्यता नाही, असा डॉक्टरांचा विश्वास असल्याने त्याबाबत फारशी चिंता करण्याचे कारण नाही, असे डॉक्टर वर्गाचे मत होते. डॉक्टरांच्या एका मोठ्या वर्गाचे हेच म्हणणे डॉ. वेस्ली ह्यांना मान्य नव्हते. 'हा मवाळ कॅन्सर ही आक्रमक कॅन्सरची पहिली पायरी आहे आणि योग्य वेळी उपचार न केल्यास तोही तेवढाच उपद्रवकारक ठरू शकतो.' असे त्यांचे मत होते आणि त्यामुळे ते ह्या कॅन्सरवर तेवढेच आक्रमक उपचार करीत होते. ह्या मवाळ म्हटल्या जाणाऱ्या कॅन्सरचे निदान करणे शक्य होऊ लागले ते जॉर्ज पॅपनीकोलू ह्या ग्रीक संशोधकाने विकसित केलेल्या एका चाचणीमुळे. या चाचणीला पुढील काळात 'पप स्मिअर' ह्या नावाने ओळखले जाऊ लागले. गर्भाशयमुखावरील पेशी एका वक्र काचेच्या नळीने काढून त्यांची सूक्ष्मदर्शक भिंगाखाली तपासणी करून त्यातील बदल तपासायच्या ह्या चाचणीमुळे पेशींमध्ये होणारे कॅन्सरपूर्व बदल बघणे शक्य होते. पेशींमध्ये बदल होऊन त्यांची कॅन्सरकडे वाटचाल सुरू होण्यापूर्वी हा बदल टिपणे शक्य होणे हा गर्भाशयमुख कॅन्सरच्या दृष्टीने एक क्रांतिकारी टप्पा होता. हा शोध लागण्याच्या काळात म्हणजे १९४१च्या आसपास दर वर्षी किमान पंधरा हजार स्त्रिया गर्भाशयमुख कॅन्सर होऊन मृत्युमुखी पडत होत्या. ह्या चाचणीमुळे हे प्रमाण किमान ७० टक्के घटण्याची शक्यता होती. पण ह्या चाचणीमध्ये दोन मोठे अडथळे होते. एक, हेन्रीएटासारख्या अनेक स्त्रियांना ही चाचणी उपलब्ध होत नव्हती आणि दुसरी अडचण, चाचणी केली तरी त्याच्या निष्कर्षांचे विश्लेषण करणे अनेक डॉक्टरांना शक्य नव्हते, कारण सूक्ष्मदर्शक यंत्राखाली दिसणाऱ्या पेशींमध्ये झालेले बदल कसे दिसू शकतात, हेच त्यांना ठाऊक नव्हते. त्यामुळे ह्या चाचणीनंतर काही डॉक्टर हे बदल म्हणजे गर्भाशय मुखाला झालेला जंतुसंसर्ग नसून कॅन्सरच आहे, असे समजून त्या स्त्रियांचे गर्भाशय काढून टाकण्याची शस्त्रक्रिया करून टाकत. तर काही डॉक्टरांना गर्भाशयमुखातील कॅन्सर पेशी ह्या जंतुसंसर्गामुळे बदल झालेल्या पेशी आहेत, असे वाटून ते त्यांना अँटीबायोटीक देऊन त्यांची घरी रवानगी करीत. थोडक्यात कॅन्सर पसरण्याची सोय करीत! हा गोंधळ कमी होण्यासाठी डॉ. वेस्ली ह्यांनी खूप काम केले. एकीकडे ते स्त्रियांच्या पॅप स्मिअर चाचणीनंतर बायोप्सी करण्याचा आग्रह धरला जावा, असे वारंवार सांगत होते आणि त्याच वेळी मवाळ कॅन्सरकडे

दुर्लक्ष न करण्याचे आपले म्हणणे पुन्हा-पुन्हा मांडत होते. पण त्यांच्या ह्या म्हणण्याला ना डॉक्टर किंमत देत होते आणि वॉशिंग्टनमधील सगळे प्रतिष्ठित पॅथॉलॉजिस्ट तर त्यांच्या म्हणण्याची खिल्लीच उडवत होते. अखेरीस आपले म्हणणे सिद्ध करणारा एक अभ्यास करण्यासाठी डॉ. वेस्ली हॉपकिन्समध्ये आले. हॉपकिन्समध्ये मागील एका दशकात ज्या स्त्रियांना आक्रमक कॅन्सरचे निदान झाले होते, त्या सर्व रुग्णांचे बायोप्सी अहवाल आणि वैद्यकीय अहवाल ह्या अभ्यासात तपासून बघितले जाणार होते आणि त्यापैकी किती स्त्रियांना आधी मवाळ कॅन्सर झाला आहे, त्याची आकडेवारी ह्या अभ्यासात काढली जाणार होती.

त्या काळातील अन्य अनेक डॉक्टरांप्रमाणेच आपल्या अभ्यासासाठी डॉ. वेस्ली हे सार्वजनिक वॉर्डमधील रुग्णांची तपासणी करणार होते, मात्र त्या रुग्णांना त्याची कल्पना न देता. या वॉर्डमधील रुग्णांना मिळणाऱ्या मोफत उपचारांच्या बदल्यात त्यांचा असा संशोधनासाठी वापर करून घेणे हे काही गैर नाही, नव्हे तो आपला हक्कच आहे – असा एक सरसकट समज त्या काळात संशोधकांच्या जगात रूढ होता. हॉवर्ड जोन्स ह्यांनीच एका ठिकाणी वेगळ्या संदर्भात लिहून ठेवले होते, 'हॉपकिन्स मध्ये कृष्णवर्णीय, दरिद्री रुग्णांचा येणारा पूर बघता क्लिनिकल तपासणीसाठी लागणाऱ्या 'साधनांची' कमतरता नव्हती!' गर्भाशयमुखाच्या मवाळ आणि आक्रमक ह्या दोन प्रकारच्या कॅन्सरमध्ये असलेले नाते शोधण्यासाठी झालेल्या सर्वात मोठ्या अभ्यासातून समोर आलेली बाब धक्कादायक होती. ज्या महिलांना आक्रमक कॅन्सर झाला आहे, त्यांच्या पूर्वी केलेल्या बायोप्सी तपासल्या असता त्यांना त्यापूर्वी मवाळ कॅन्सर झाल्याचे ह्या अभ्यासातून दिसत होते. आपल्या अभ्यासाला दुजोरा देण्यासाठी डॉ. वेस्ली ह्यांनी मग आणखी एक प्रयोग करण्याचे ठरवले. गर्भाशयमुखाच्या सर्वसामान्य पेशी आणि दोन्ही प्रकारच्या कॅन्सरच्या पेशी ह्या कृत्रिमरीत्या, मानवी शरीराबाहेर वाढवून बघण्याचा प्रयोग. त्या तशा वाढवता आल्या, तर ह्या तिन्ही प्रकारच्या पेशींची तुलना करून बघता येणार होती. दोन्ही प्रकारचे कॅन्सर प्रयोगशाळेत सारखेच वागतात आणि दिसतात, हे सिद्ध करता आले, तर सगळ्याच वादांवर पडदा पडेल, असा ह्यामागचा डॉ. वेस्ली ह्यांचा प्रयत्न होता. असा प्रयोग ह्यापूर्वी कधी झाला नव्हता. आपला दावा बरोबर आहे आणि आपल्या म्हणण्याकडे दुर्लक्ष करणारे डॉक्टर हे एक प्रकारे रुग्णांची हत्या करीत आहेत, हे दाखवण्यासाठी डॉ. वेस्ली ह्यांचा हा अभ्यास उपयुक्त ठरणार होता. ह्या अभ्यासात मदत करण्यासाठी त्यांनी जॉर्ज गे ह्या हॉपकिन्समधील संशोधकाला आमंत्रित केले. 'मानवी शरीराच्या नमुन्यांवर सतत

डोळा ठेवून असलेले जगातील सर्वात प्रसिद्ध गिधाड' असा थट्टेने स्वत:चा उल्लेख करणारा गे हा अभ्यास नाकारणे शक्यच नव्हते. मग गर्भाशयमुखाच्या कॅन्सरवरील उपचारांसाठी हॉपकिन्समध्ये येणाऱ्या प्रत्येक स्त्रीच्या पेशींचा नमुना काढून घेण्याचा डॉ. वेस्ली ह्यांनी सपाटाच लावला. त्यापैकीच एक पेशंट होती हेन्रीएटा लॅक्स.

□□

त्याने सगळे भाजून काढलेय...

हॉपकिन्समध्ये उपचार घेऊन आलेली हेन्रीएटा पुन्हा आपल्या संसाराच्या रगाड्यात गुंतून गेली. घराची साफसफाई, नवरा-मुलांसाठी स्वयंपाक, घरी अधून-मधून येणाऱ्या चुलतभावंडांशी गप्पा. दरम्यान ५ फेब्रुवारीला हेन्रीएटाच्या बायोप्सीचा रिपोर्ट जोन्सला मिळाला आणि त्यांनी फोन करून हेन्रीएटाला तिच्या कॅन्सरची बातमी दिली. निदान होते, पहिल्या टप्प्यावर असलेला गर्भाशयमुखाचा कॅन्सर. जणू काहीच न घडल्याप्रमाणे तिने दिवसभर आपले व्यवहार चालू ठेवले. जी गोष्ट आपण हाताळू शकतो, त्यासाठी बाकी कोणाला कशाला त्रास द्यायचा, असा विचार हेन्रीएटा करत होती. रात्री मात्र ती डेव्हिडला म्हणाली, ''डे, उद्या मला पुन्हा डॉक्टरांकडे जायला हवे. माझ्या काही तपासण्या करून ते मला औषध देणार आहेत.'' दुसऱ्या दिवशी सकाळी ब्यूकमध्ये चढता-चढता ती डेव्हिड आणि मुलांना म्हणत होती, ''फारसं गंभीर नाहीय काही... डॉक्टर आत्ता मला बरं करतील... आणि घरी येईन मी.'' गाडी हॉस्पिटलजवळ येताच डेव्हिड गाडीतून उतरण्याची वाटसुद्धा न बघता ती वेगाने थेट स्वागतिकेकडे गेली आणि म्हणाली, ''डॉक्टरांनी मला उपचारांसाठी बोलावलं आहे.'' हेन्रीएटाचे नाव-गाव विचारून त्या स्वागतिकेने एक फॉर्म तिच्यासमोर सरकवला. वरती शीर्षक होते, 'शस्त्रक्रियेसाठी परवानगी'. त्यात लिहिले होते :

> मी जॉन हॉपकिन्स हॉस्पिटलचे डॉक्टर आणि कर्मचारी ह्यांना माझ्यावर शस्त्रक्रिया करण्याची परवानगी देत आहे. त्यासाठी त्यांना गरज भासेल त्याप्रमाणे, स्थानिक अथवा संपूर्ण भूल देऊन शस्त्रक्रिया करण्यासाठी मी, ...

त्या मोकळ्या जागेत तिने आपले नाव लिहून सही केली. मग वाचनीय

अक्षर असलेल्या एका साक्षीदारानेही त्या फॉर्मच्या शेवटी सही केली. ते उपचार पार पडताच हेन्रीएटाला एका नर्सने आपल्या मागे येण्याची खूण केली आणि हेन्रीएटा मग त्या नर्सबरोबर एक मोठ्ठा हॉल पार करून कृष्णवर्णीय पेशंटसाठी असलेल्या वॉर्डमध्ये गेली. शस्त्रक्रियेपूर्वी केल्या जाणाऱ्या अनेक चाचण्या तिथे करायच्या होत्या. डॉ. जोन्स आणि त्याच्या अनेक गोऱ्या सहकाऱ्यांनी त्यावेळी ज्या आणि जेवढ्या चाचण्या केल्या, तेवढ्या तिने आजवरच्या आयुष्यात कधीच केल्या नव्हत्या. त्यांनी तिची लघवी आणि रक्त तपासले. तिच्या फुफ्फुसांची तपासणी करणारी चाचणी केली आणि त्याबरोबर तिच्या नाकात आणि मूत्राशयात नळी टाकून तिला भरती केले. हॉस्पिटलमधील कृष्णवर्णीय रुग्णांसाठी राखीव असलेल्या वॉर्डमध्ये पलंगावर पडून असलेली हेन्रीएटा दिवसभर तिच्या कुटुंबाचा, मुलांचा विचार करीत होती. विशेषत: छोटी डेबोरा आणि जोसेफचा. फारच लहान होते ते दोघे! त्यांच्या नुसत्या विचाराने तिच्या पोटात गलबलले आणि डोळ्यात पाणी आले. दुसऱ्या रात्री तिला नर्सने लवकरच जेवण आणून दिले. सकाळी पोट लवकर साफ व्हावे, ह्यासाठी असणार. हेन्रीएटावर केल्या जाणाऱ्या रेडियम उपचारांच्या पहिल्या फेरीसाठी डॉक्टरांनी तिला भूल दिली. हेन्रीएटाची गाठ शरीरातील आपली जागा सोडून इतरत्र घुसखोरी करणारी, आक्रमक स्वरूपाची होती. अशा प्रकारच्या गाठीवर त्या काळी अमेरिकेत इतरत्र जे रेडियम उपचार केले जात होते, तेच उपचार हॉपकिन्समध्येसुद्धा केले जात होते.

पिएरे आणि मेरी क्युरी ह्या फ्रेंच जोडप्याने २० डिसेंबर १८९८ साली पॅरिसमध्ये जेव्हा प्रथम रेडियमचा शोध लावला, तेव्हा त्या शोधाचे स्वागत करताना देशभरातील वृत्तपत्रांनी दिलेले मथळे फारच मजेशीर होते. 'गॅस -वीज ह्याला पर्याय देणारा आणि प्रत्येक आजारावर निश्चित उपाय करणारा शोध'! ह्या शोधाचा उपयोग जो-तो आपापल्या परीने करत होता. ह्या शोधामुळे घड्याळ बनवणारे खूश झाले, कारण त्यांना आपल्या घड्याळाच्या डायल्सना अधिक चमक आणणे रेडियममुळे शक्य होणार होते. डॉक्टर मंडळी कानाला होणाऱ्या जंतुसंसर्गापासून ते समुद्रसफरीमध्ये अनेकदा होणाऱ्या मळमळीपर्यंत सगळ्या आजारांवर हा एकच उपाय आहे, असे मानून रेडियमची पावडर देऊ लागले. रेडियमच्या गुणधर्मांचा नेमका अंदाज नसल्याने त्याचा सरसकट वापर सुरू झाला. आपल्या मार्गात येणाऱ्या प्रत्येक पेशीचा रेडियम पूर्ण विध्वंस करीत असे, त्यामुळे अगदी किरकोळ दुखण्यावर उपाय म्हणून रेडियम घेणारे रुग्ण ह्या पेशीविध्वंसामुळे मृत्युमुखी पडू लागले. रेडियममुळे पेशींमध्ये होणारे परिवर्तन,

बदल एकीकडे कर्करोगाला आमंत्रण देणारे असते, शिवाय त्याचा थोडा अधिक मोठा डोस घेतल्यास तो माणसाच्या शरीराला भाजून काढू शकतो; पण दुसरीकडे रेडियमचा उपयोग कर्करोगाच्या पेशींना मारण्यासाठीपण होतो. हे लक्षात येताच कर्करोगावरील उपचारांसाठी त्याचा वापर सुरू झाला. हॉपकिन्स स्थापनेत ज्या चौघांचा प्रामुख्याने पुढाकार होता त्यातील एक – हॉवर्ड केली ह्या स्त्रीरोगतज्ञाने पिएरे आणि मेरी ह्या दाम्पत्याची भेट घेऊन रेडियमच्या सामर्थ्याचा अंदाज घेतला आणि लगेच १९०० सालापासून गर्भाशयमुखाच्या कर्करोगावर उपचार म्हणून त्याचा वापर सुरू केला. रेडियमच्या उपयुक्ततेने केली एवढे प्रभावित झाले होते की, रेडियमशी येणाऱ्या संसर्गाचा धोका अगदी नजरेआड करून आपल्या खिशात घालून ते थोडे रेडियम घेऊन आले. पुढे अधिकाधिक रेडियम मिळवण्यासाठी ते जगभर प्रवास करीत होते. १९४० पर्यंत रेडियमच्या वापरावर जे अनेक अभ्यास केले गेले, त्यापैकी एक अभ्यास हेन्रीएटावर उपचार करणाऱ्या डॉ. हॉवर्ड जोन्स ह्यांनी केला; त्यातून गर्भाशयमुखाजवळ वाढणाऱ्या आक्रमक कर्करोगावर रेडियम उपचार शस्त्रक्रियेपेक्षा अधिक सुरक्षित आणि प्रभावी आहे, हेच सिद्ध झाले होते. हेन्रीएटाच्या कर्करोगावर त्यामुळे हाच उपाय होणे अगदी स्वाभाविक होते.

हेन्रीएटावर ज्या दिवशी उपचार करायचे होते, त्या दिवशी सकाळीच बाल्टिमोर गावातील एका क्लिनिकमधून रेडियम भरलेल्या पातळ काचेच्या परीक्षानळ्या भरलेली एक बॅग एक टॅक्सीड्रायव्हर जाऊन घेऊन आला. त्या बॅगमध्ये असलेल्या कॅनव्हासच्या छोट्या पिशव्यांमध्ये त्या नळ्या बरोब्बर बसतील अशी व्यवस्था केलेली होती. बाल्टिमोरमधील एका महिलेनेच ह्या कॅनव्हासच्या पिशव्या हाताने शिवल्या होत्या. ज्या डॉक्टरने ह्या पिशव्यांची निर्मिती केली आणि पुढे हेन्रीएटाच्या रेडियम उपचारांवर देखरेख केली, त्याच्या नावाने – ब्राक प्लाक याच्या नावाने ह्या पिशव्या ओळखल्या जाऊ लागल्या. दुर्दैवाची गोष्ट म्हणजे ह्या डॉक्टरचा पुढे कर्करोगानेच बळी घेतला. एक निवासी डॉक्टर म्हणून तो सतत केलीबरोबर प्रवास करीत असे आणि रेडियम आपल्या खिशात ठेवून आणत असे. दीर्घकाळ रेडियमच्या संपर्कात आल्यानेच त्याला कर्करोगाने गाठले असावे, असा अंदाज आहे.

एका नर्सने ब्राक प्लाक स्टीलच्या ट्रेमध्ये काढून ठेवले. तोपर्यंत दुसऱ्या नर्सने हेन्रीएटाला त्या छोट्या खोलीमध्ये आणले. फक्त कृष्णवर्णीय रुग्णांसाठी असलेली ती शस्त्रक्रियेची खोली हॉस्पिटलच्या दुसऱ्या मजल्यावर होती. स्टेनलेस स्टीलची टेबले आणि मोठाले प्रखर दिवे असलेल्या त्या खोलीत असलेले सगळे कर्मचारी

गोरे होते. पांढरे कोट, टोप्या, मास्क आणि ग्लोव्ज घालून सगळे शस्त्रक्रियेसाठी तयार होते. भूल दिलेल्या हेन्रीएटाला टेबलवर घेतले गेले. तिच्या पायात कड्या अडकवलेल्या होत्या. त्या दिवशी कामावर असलेले डॉ. लॉरेन्स वॉर्टन स्टूल घेऊन हेन्रीएटाच्या दोन पायांच्या मध्ये बसले. तिचे गर्भाशयमुख मोठे करीत त्या मुखाजवळ असलेल्या गाठीवर उपचार करण्याची ते तयारी करू लागले. हे उपचार करताना तिच्या गाठीचा नमुना परीक्षणासाठी काढून घेतला जाणार होता, ह्याची तिला अजिबात कल्पना तर दिलेली नव्हतीच; पण तिला असा नमुना देण्याची इच्छा आहे का नाही, हेही विचारले गेले नव्हते. वॉर्टनने एक धारदार सुरी घेऊन हेन्रीएटाच्या गर्भाशयमुखातून दोन छोटे तुकडे काढले, एक त्या गर्भाशयमुखाजवळ वाढत असलेल्या गाठीचा आणि दुसरा जवळच्या, निरोगी गर्भाशयमुखाच्या उतीचा. दोन्ही नमुने त्याने एका काचेच्या बशीत ठेवले. मग रेडियम भरलेली एक काचेची नळी असलेली पिशवी तिच्या गर्भाशयात ठेवून योग्य जागी शिवून टाकली. मग गर्भाशयमुखाच्या बाहेरच्या बाजूला त्याने दोन पिशव्या शिवून टाकल्या. त्या पिशव्या जागच्या हलू नये, म्हणून त्याने मऊ कापडाचे अनेक निर्जंतुक तुकडे तिच्या योनीमार्गात सरकवले आणि मग तिच्या उपचारांमध्ये व्यत्यय न येत तिला मूत्रविसर्जन करता यावे, ह्यासाठी तिच्या मूत्राशयात कॅथेटर सरकवला.

डॉ. वॉर्टनचे काम पूर्ण झाल्यावर एक नर्स हेन्रीएटाला वॉर्डमध्ये परत घेऊन गेली. वॉर्टनने आपल्या तक्त्यात लिहिले, 'प्रक्रिया सुरळीत पार पडली. रुग्ण सुस्थितीत शस्त्रक्रियेच्या खोलीच्या बाहेर गेली.' आणि दुसऱ्या एका स्वतंत्र पानावर लिहिले, 'हेन्रीएटा लॅक्स. गर्भाशयमुखाच्या उतीची जीवोतक परीक्षा (बायोप्सी). उती डॉ. जॉर्ज गे ह्यांच्याकडे रवाना.'

एका निवासी डॉक्टरने ती काचेची बशी त्यातील नमुन्यासह नेहेमीप्रमाणे डॉ. गे ह्यांच्या प्रयोगशाळेत रवाना केली. असा नमुना मिळाल्यावर प्रत्येक वेळी डॉ. गे कमालीचा रोमांचित होत असे! त्या प्रयोगशाळेत असलेल्या बाकी सर्वांसाठी मात्र तो 'आणखी एक नमुना' असायचा इतकेच. असे अनेक नमुने घेऊन ते परीक्षानळीत वाढवण्याचे प्रयत्न गेल्या कित्येक दिवसांपासून त्या प्रयोगशाळेत सुरू होते. तोपर्यंत आणलेल्या अनेक पेशी जशा न वाढताच मरून गेल्या, तसेच ह्या पेशींच्या बाबतीतही घडणार आहे, ह्याची त्या प्रत्येकाला अगदी खात्री होती. पण ह्या पेशी अशा सहजी मरून जाणाऱ्या नव्हत्या!

पुढचे दोन दिवस हेन्रीएटा हॉस्पिटलमध्ये राहिली. त्या काळात डॉक्टरांनी तिला आतून बाहेरून तपासले. तिचे पोट दाबले, तिच्या मूत्राशयात नवा कॅथेटर

टाकला, तिच्या योनीमार्गाची आणि गुदद्वाराची आतून तपासणी केली आणि तिच्या शिरेत नव्याने सुया टोचून तिच्या शरीरात औषध सोडले. तिच्या पेशंट तक्त्यात डॉक्टरांनी नोंद केली आहे, '३० वर्षांची कृष्णवर्णीय महिला शांतपणे पडून आहे, वेदनेची कोणतीही लक्षणे नाहीत. मनाने कणखर आणि घरी जाण्यास उत्सुक.' हेन्रीएटा घरी जाण्यापूर्वी डॉक्टरांनी तिचे दोन्ही पाय एकेका कडीत अडकवत तिच्या शरीरात ठेवण्यात आलेले रेडियम काढले. अडीच आठवड्यांनंतर रेडियमचा दुसरा डोस घेण्यासाठी येण्याची सूचना त्यांनी तिला केली, पण घरी काही त्रास झाल्यास हॉस्पिटलमध्ये फोन करण्याची सूचना त्यांनी तिला पुन्हा-पुन्हा दिली.

हेन्रीएटा घरी गेल्यावर दोनच दिवसांनी गेच्या प्रयोगशाळेत काम करणाऱ्या मेरीला तो चमत्कार दिसला. हेन्रीएटाच्या पेशी ज्या परीक्षानळीत ठेवल्या होत्या, तिच्या पेशींभोवती अगदी सूक्ष्म कड्या दिसत होत्या. ह्याचा एकच अर्थ होता, पेशी वाढत होत्या. अर्थात ही काही तिच्यासाठी नवलाई नव्हती. परीक्षानळीत ठेवलेल्या सगळ्याच पेशींचे नमुने काही दिवस तग धरून आशा लावत आणि मग हळूहळू मान टाकत. पण ह्या वेळी काहीतरी वेगळे घडत असल्याचे दिसत होते, नव्हे घडत होते... हेन्रीएटाच्या शरीरातून काढलेल्या आणि परीक्षानळीत ठेवलेल्या कॅन्सरच्या पेशी अविश्वसनीय वेगाने वाढत होत्या. दर चोवीस तासाला दुप्पट ह्या वेगाने! जॉर्ज गेची खात्री पटली, अमर्त्य अशा मानवी पेशी आपल्या प्रयोगशाळेत वाढत आहेत... आपल्या काही जवळच्या मित्रांना त्याने हे सांगितले तेंव्हा कोणीतरी विचारले, आम्हाला त्यापैकी काही मिळतील? जॉर्ज उत्तरला, "हो, नक्की." पण ज्या हेन्रीएटाच्या शरीरातील पेशी गेच्या प्रयोगशाळेतील परीक्षानळीत वाढत होत्या, त्या खुद्द हेन्रीएटालासुद्धा ह्या गोष्टीचा पत्ता नव्हता, मग तिचे कुटुंब दूरच राहो.

पैसे मिळवण्याच्या उद्देशाने ते कुटुंब बाल्टीमोरला आले असले, तरी त्या गावात मात्र हेन्रीएटा कधीच मनापासून रमली नव्हती. तिला कायम ओढ होती, ती तिची मुळे ज्या गावात होती त्या क्लोव्हरची. त्यामुळे दर शनिवार-रविवारी ती मुलांना घेऊन हमखास क्लोव्हरला जात असे. ज्या गावातील तंबाखूच्या शेतात तिने आपला घाम गाळला होता आणि घराच्या बाहेरच्या पायऱ्यांवर बसून तासन्तास आपल्या भावंडांबरोबर गप्पांचा अड्डा जमवला होता, त्या गावाबद्दल तिच्या मनात कमालीचा जिव्हाळा होता. ह्या काळात तिला तिच्या शरीरात असलेल्या रेडियमचे दुष्परिणाम चांगलेच जाणवत होते. अन्नावरची उडालेली वासना, त्यामुळे अन्न बघताच येणारे उमासे, उलट्या,

त्यामुळे येणारा थकवा आणि पोटात पुरेसे योग्य अन्न जात नसल्याने येणारा ॲनिमिया. पण ह्या दुष्परिणामांची कोठेही वैद्यकीय नोंद झालेली नाही आणि आपल्याला बरे वाटत नसल्याची तक्रार हेन्रीएटाने केल्याचे तिच्या कुटुंबाला आठवतसुद्धा नाही. तिच्या कुटुंबाला आठवते ती अतिशय उत्साहाने स्वयंपाक करणारी हेन्रीएटा. तांदळाच्या पिठाचे अतिशय लुसलुशीत, चविष्ट पुडिंग, चिकनचे छोटे-छोटे तुकडे टाकून मंद आचेवर शिजवलेली स्पाघेटी आणि त्याच्याबरोबर उकडलेले हिरवे वाटाणे –हा तिचा खास मेन्यू. जेव्हा डेला रात्रपाळी नसायची, त्या संध्याकाळी पत्ते खेळायचे आणि ते खेळता-खेळता रेडियोवर लागलेले बेनी स्मिथचे गिटार ऐकायचे – हा त्यांचा खास कार्यक्रम. कष्टकरी आफ्रिकन-अमेरिकन लोकांचे आयुष्य, त्यातील कहाण्या, त्यांच्या श्रद्धा हे सगळे व्यक्त करणाऱ्या ब्ल्यू संगीतासाठी बेनी गिटार वाजवायचा. बदामी डोळे, सरळ शुभ्र दात आणि भरदार ओठ असलेल्या, घट्टमुट्ट शरीराच्या हेन्रीएटाची गावातील सुंदर स्त्रियांमध्ये गणना व्हायची. लहानपणापासून शेतात केलेल्या कष्टांमुळे हात खरखरीत झाले असले, तरी आपल्या नखांची काळजी घेण्यासाठी ती कित्येक तास खर्च करीत असे. पलंगावर बसून काळजीपूर्वक नखे घासून मग त्यांच्यावर लालचुटुक नेलपॉलीशचा थर देणे हा तिचा अत्यंत आवडीचा कार्यक्रम.

कॅन्सरच्या उपचारांच्या ह्या परीक्षेच्या काळात हेन्रीएटाचा जीव सर्वात जास्त गुंतला होता तो तिच्या मोठ्या मुलीत – एल्सीत. क्लोव्हरला जाताना बाकी कोणाला बरोबर नेले नाही तरी एल्सीला मात्र ती हमखास बरोबर नेत असे. तिथे हेन्रीएटा बागेत काम करीत असताना बसल्या-बसल्या पुढे सरकणारी आणि हात हलवून एखाद्या पक्ष्याप्रमाणे चित्कार करणारी एल्सी आपल्या आईकडे बघत राही. एल्सीपण तिच्या आईसारखीच सुंदर होती आणि काहीशी नाजूक. हेन्रीएटा तिला तिने घरी शिवलेले, तऱ्हेतऱ्हेचे बो लावलेले छानसे फ्रॉक घालत असे. एल्सीचे डोळे टप्पोरे, सुंदर होते; पण भावनाशून्य! किंबहुना तिच्याकडे बघणाऱ्या प्रत्येकाला ती भावनाशून्य आणि खिन्न वाटायची. फक्त हेन्रीएटा समोर आल्यावर तिच्या डोळ्यातील ही खिन्नता काहीशी मावळायची. वय वाढू लागल्यावर ती चालायचा प्रयत्न करू लागली, पण असे प्रयत्न करताना ती हमखास भिंतीवर किंवा दारावर जाऊन आदळायची आणि पडायची. एल्सीच्या तब्येतीची अतिशय काळजी वाटणाऱ्या हेन्रीएटाने एकदा डेकडे हट्ट करून गावातील तंबूत मुक्काम असलेल्या धार्मिक उपचार करणाऱ्या कोणा बाबाकडे एल्सीला नेले, पण त्या उपचारांचा एल्सीवर काहीही परिणाम

झाला नाही. क्वचित प्रसंगी घराचा दरवाजा बाहेरून बंद करून, आरडा-ओरडा करीत लडखडत रस्त्यावर धावण्याचा प्रयत्न करणारी एल्सी ही हेन्रीएटासाठी कायम काळजीचा विषय राहिली. जेव्हा हेन्रीएटाला पुन्हा दिवस राहिले, तेव्हा तर एकटीने एल्सीचा सांभाळ करणे हे तिला अशक्य होऊ लागले. एल्सीला तिच्यापासून दूर, हॉस्पिटलमध्ये भरती करणे हाच ह्या प्रश्नावर उपाय आहे, असे तिला डॉक्टरांनी स्पष्टपणे सांगितल्यावर अखेरीस बाल्टिमोरपासून अर्ध्या तासाच्या अंतरावर असलेल्या, मानसिक आजाराने ग्रस्त अशा कृष्णवर्णीयांसाठी असलेल्या हॉस्पिटलमध्ये तिला दाखल केले गेले. हेन्रीएटाची भावंडे नेहमी म्हणत, ‘‘ज्या दिवशी एल्सीला त्या हॉस्पिटलमध्ये भरती केले गेले, तो दिवस हेन्रीएटासाठी तिच्या आयुष्यातील सर्वात वाईट दिवस होता, तिच्या अस्तित्वाचा एक मोठ्ठा लचका तोडणारा असा!’’ आठवड्यातून एकदा एल्सीला हॉस्पिटलमध्ये जाऊन भेटणारी हेन्रीएटा तिच्याबरोबर तिथे खेळत असे, पण त्या काळात तिच्या डोळ्यांना अखंड धारा लागलेल्या असत. हेन्रीएटाचे तिच्या सगळ्याच मुलांशी वेगळे नाते होते. त्यामुळे ती आसपास असताना सगळे शहाण्यासारखे वागत, पण ती घराबाहेर पडताच त्यांच्या अंगात वारे संचारे आणि अशक्य अशी रानटी मस्ती करायला त्यांना आवडत असे.

बाल्टिमोरमध्ये हेन्रीएटाच्या आजारपणाचा महिना-दीड महिना कोणाला पत्ताच लागला नाही. आपला आजार लपवून ठेवणे तिलाही फारसे अवघड गेले नाही, कारण तिला फक्त एकदाच तपासणीसाठी आणि रेडियम उपचाराच्या दुसऱ्या फेरीसाठी हॉपकिन्समध्ये जावे लागले. त्या वेळी तपासणी करताना डॉक्टरांना जे दिसले, ते नक्कीच त्यांना समाधान देणारे होते. रेडियमच्या उपचारामुळे तिचे गर्भाशयमुख किंचित लालसर आणि सुजलेले दिसत होते, पण कॅन्सरची गाठ मात्र लहान झाली होती. तरीही तिला पुढचे उपचार घ्यावे लागणार होते आणि ह्याचा अर्थ त्यासाठी तिला महिनाभर दर आठवड्याला हॉपकिन्समध्ये यावे लागणार होते आणि मदतीची गरज नक्कीच भासणार होती. हॉपकिन्सपासून वीस मिनिटांच्या अंतरावर तिचे घर होते, पण रात्रपाळी करणारा डे तिचे उपचार संपेपर्यंत हॉस्पिटलमध्ये थांबू शकणार नव्हता. त्यामुळे हॉपकिन्सच्या जवळ राहत असलेल्या चुलतबहिणीकडे – मार्गरेटकडे जाऊन थांबणे आणि डे येईपर्यंत वाट बघणे हाच तिच्यासाठी एक उपाय होता. आणि त्यासाठी मार्गरेट व सॅडी ह्या दोघींना ह्या आजाराबद्दल सांगणे भाग होते. त्यासाठी योग्य वेळेची हेन्रीएटा वाट बघत होती. टर्नर स्टेशनवर दरवर्षी

होणाऱ्या कार्निव्हलच्या भेटीचे निमित्त साधून ही गोष्ट त्यांच्या कानावर घालायची, असे हेन्रीएटाने ठरवले. कार्निव्हलनिमित्त भरणाऱ्या जत्रेतील एका भल्या मोठ्या रहाटपाळण्यात (जायंट व्हील) त्या तिघी बसल्या होत्या. पाळणा सर्वात उंच जाऊन थांबला. तिथून लांबवर, थेट समुद्रापर्यंत टर्नर स्टेशन दिसत होते. मध्ये-मध्ये अंधाराचे तुकडे असलेल्या आणि पुष्कळशा उजेडाने उजळलेल्या टर्नर स्टेशनच्या मावळत्या दिवसाकडे दृष्टी लावत, तरंगणाऱ्या रहाटपाळण्यातील पाय हलवत हेन्रीएटा म्हणाली, "माझ्या आत एक गाठ आहे असं मी म्हणाले होते, आठवतंय?" त्या दोघींनी होकारार्थी मान हलवली. "तर, मला... मला कॅन्सर झालाय." हेन्रीएटा म्हणाली, "जॉन हॉपकिन्समध्ये मी उपचार घेतेय." "क्काय?" सॅडी काहीशा अविश्वासाने ओरडली. त्या क्षणी तिला हेन्रीएटा धूसर दिसत होती, त्या पाळण्यातून घसरत असल्यासारखी! "एवढं काही गंभीर नाहीय, मी चांगली ठणठणीत आहे." तिच्या आवाजातील कंप जाणवून हेन्रीएटाने पटकन सांगितले.

आणि खरोखरच हेन्रीएटा त्यावेळी चांगली ठणठणीत दिसत होती. रेडियम उपचारांमुळे गाठ पूर्ण नाहीशी झाली होती. हेन्रीएटाचे गर्भाशयमुख निरोगी दिसत होते आणि कोठेही गाठ राहिलेली नाही, असे डॉक्टरांचे म्हणणे होते. आपल्या ह्या निदानाबद्दल डॉक्टरांना एवढी खात्री होती की, जेव्हा परत रेडियम उपचार घेण्यासाठी ती हॉस्पिटलमध्ये दाखल झाली, तेव्हा त्यांनी रेडियम उपचार तर केलेच, शिवाय काही वर्षांपूर्वी तिला सुचवण्यात आलेली तिच्या नाकाच्या हाडावरची शस्त्रक्रिया करून ते हाडही पूर्ववत जागेवर बसवले. वाकड्या झालेल्या ह्या हाडामुळे तिला आयुष्यभर सर्दी आणि डोकेदुखीचा त्रास झाला होता. एकूण काय, तिचे आयुष्य नव्याने सुरू होत होते. आताचे रेडियम उपचारसुद्धा तिच्या शरीरात कुठेही कॅन्सरच्या पेशी राहिल्या नाहीत ना ह्याची खात्री करण्यासाठी होते.

रेडियम उपचाराची दुसरी फेरी होऊन जेमतेम दोन आठवडे उलटत नाहीत, तोच हेन्रीएटाची मासिक पाळी सुरू झाली; पण ही पाळी नेहमीसारखी नव्हती. सुरू झालेला रक्तस्राव थांबतच नव्हता. हॉपकिन्समध्ये तिचे पुढचे उपचार सुरू झाल्यावर डे रोज सकाळी तिला हॉस्पिटलमध्ये सोडत असे. कपडे बदलून हॉस्पिटलचा गाऊन घालून डॉक्टरांच्या तपासणी टेबलावर झोपल्यावर समोरच्या भिंतीवर तिला अनेक प्रकारची यंत्रे दिसत. तिचे आतडे आणि मणक्याचा खालचा भाग ह्यांना रेडियम पासून हानी होऊ नये, ह्यासाठी एक डॉक्टर तिच्या योनीमार्गात लेडच्या पट्ट्या सरकवत असे. उपचारांच्या

पहिल्याच दिवशी डॉक्टरने तिच्या ओटीपोटावर, गर्भाशयाच्या थोडे वरती काळ्या शाईचे दोन ठिपके काढले. रोज द्यायच्या उपचारांचा भाग निश्चित करण्यासाठी. उपचार झाले की, कपडे बदलून हेन्रीएटा हॉस्पिटलपासून जवळच असलेल्या मार्गारिटच्या घरी जाऊन डेची वाट बघत असे. आपली ड्युटी संपवून केव्हातरी मध्यरात्री डे तिला घ्यायला येत असे. पहिला आठवडा हेन्रीएटा आणि मार्गारिट ह्या दोघी घराबाहेरच्या ओट्यावर बसून पत्ते किंवा बिंगो खेळत आणि आपली मुले, भावंडे ह्यांच्याविषयी अखंड गप्पा करीत. उपचारांचा फारसा त्रास हेन्रीएटाला होता नसावा किंवा ती त्याच्याविषयी फारशी तक्रार करीत नव्हती. पण सगळे आलबेल मात्र नक्कीच नव्हते. उपचार संपता-संपता हेन्रीएटाने तिला बरे कधी वाटणार, ह्याबद्दल डॉक्टरांना विचारले. तिला आणखी एक मूल हवे होते. तोपर्यंत तिला तिच्याच शरीरात झालेला एक महत्त्वाचा आणि धक्कादायक बदल ठाऊक झाला नव्हता. तिच्यावर सुरू असलेल्या रेडियम उपचारांमुळे तिच्यामधील प्रजननक्षमताच संपली होती! कॅन्सरचे उपचार सुरू करण्यापूर्वी प्रजननक्षमतेवर त्या उपचारांच्या होणाऱ्या परिणामांची जाणीव हॉपकिन्समध्ये प्रत्येक पेशंटला करून दिली जायची. पण हेन्रीएटाच्या बाबतीत मात्र हे घडले नव्हते. तिच्या एका वैद्यकीय अहवालात एका डॉक्टरने नोंद केलीय, 'तिला ह्यापुढे मूल होऊ शकणार नाही, हे तिला सांगण्यात आले; तेव्हा – हे आपल्याला आधी सांगितले गेले असते तर आपण हे उपचारच घेतले नसते – असे ती कमालीच्या खिन्नतेने म्हणाली.' एक नक्की, हेन्रीएटाला हे समजेपर्यंत खूप उशीर झाला होता.

उपचार सुरू होऊन तीन आठवडे झाल्यावर मात्र हेन्रीएटाला जळजळ होऊ लागली, विशेषत: लघवी करताना तर काचेचे तुकडे शरीर कापत-कापत बाहेर यावे इतकी असह्य वेदना होत असे... रेडिएशनच्या उपचारांचे हे दुष्परिणाम असल्याचे जोन्स ह्यांनी आपल्या तक्त्यात लिहून ठेवले आहे. हळू-हळू हेन्रीएटाला हॉस्पिटलपासून मार्गारिटच्या घरापर्यंतचे छोटेसे अंतर चालून जाणेसुद्धा अवघड होऊ लागले. उपचार संपताच तिथेच झोपून जावे, असे तिला वाटू लागले. एक दिवस तर ती हॉस्पिटलपासून काही अंतरावर चक्क कोसळली. तिला उठवून मार्गारिटच्या घरी चालत जाण्यासाठी तब्बल तासभर लागला. त्यानंतर मात्र ती तेवढे अंतर कापण्यासाठीसुद्धा टॅक्सी करू लागली.

एका दुपारी कोचावर झोपलेल्या हेन्रीएटाने अकस्मात आपला शर्ट वर केला आणि मार्गारिट अन् सॅडीला तिच्या शरीरावर झालेले उपचारांचे परिणाम दाखवू लागली. हेन्रीएटाची छातीपासून कमरेपर्यंतची सगळी त्वचा काळीठिक्कर पडली

होती! ते दृश्य त्या दोघांना निव्वळ अवाक् करणारे नाही तर सुन्न करणारे होते.
‘‘हेनी, त्यांनी तुला अक्षरश: भाजून काढलंय...’’ मार्गरिट तिच्या कानात कुजबुजली.
आपली मान हलवत खिन्नपणे हेन्रीएटा म्हणाली, ‘‘देवा, भाजल्याचे ते काळेपण माझ्या सगळ्या शरीरात पसरलेय...’’

□□

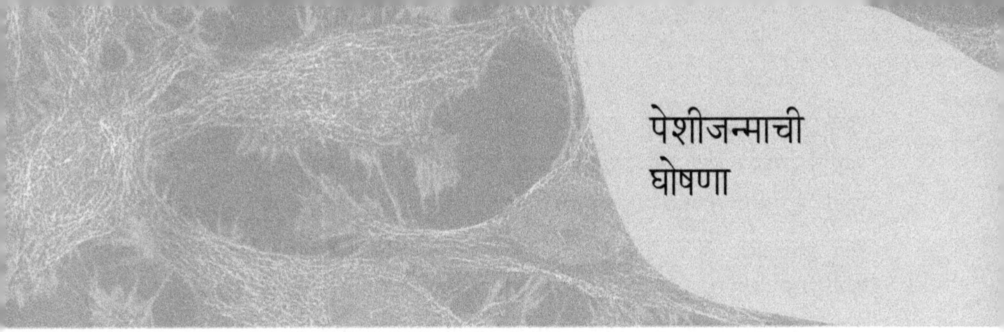

पेशीजन्माची घोषणा

तो दिवस होता १० एप्रिल १९५१. आजचा वाम (WAAM) टीव्हीवरील मुलाखतीचा कार्यक्रम जॉर्ज गेसाठी खूप महत्त्वाचा होता, कारण आज तो जगाला प्रयोगशाळेमध्ये परीक्षानळीत वाढलेल्या आणि वाढू शकणाऱ्या पहिल्या अमर्त्य मानवी पेशीसमूहाच्या जन्माची बातमी देणार होता. मुलाखतकर्तीने नाट्यपूर्ण घोषणा केली, ‘‘कॅन्सरचा सामना करणे आता शक्य– डॉ. जॉर्ज गे यांचं भविष्यलक्षी संशोधन.’’ जॉर्ज मुलाखतीसाठी आला तो परीक्षानळीत वाढवलेल्या हेला पेशींची बाटली घेऊनच. मुलाखतीदरम्यान तो जे बोलत होता, ते त्याचा ध्यास व्यक्त करणारे होते. तो मनुष्यदेहातील पेशींच्या कामगिरीविषयी, महत्त्वाविषयी, त्यांच्या वैशिष्ट्यपूर्ण सहभागाविषयी सांगत होता. मनुष्यशरीरातील पेशी इतक्या सूक्ष्म असतात की, एका टाचणीच्या डोक्यावर जवळ जवळ पाच हजार पेशी मावतात. पेशींची वाढ पूर्ण झाली की, त्यांचे विभाजन होते. एकाच्या दोन, दोनाच्या चार, चाराच्या आठ – या पद्धतीने त्या वाढत असतात. पण ही रीत सर्वसामान्य, निरोगी पेशींची. अशा निरोगी पेशी व कर्करोगाच्या पेशी यांच्या वाढीच्या वेगात मात्र कमालीचा फरक असतो. हे सर्व समजावून सांगण्यासाठी जॉर्ज एखाद्या शिक्षकाच्या हातोटीने चित्र, चित्रफिती यांचा उपयोग करीत होता. पडद्यावर दिसणाऱ्या एका चित्रफितीतील एक पेशी हळू हळू मोठी झाली, फुटली आणि तिचे पाच तुकडे झाले. ही होती कॅन्सरची पेशी. ती अशी अचानक का वागू लागते, तिला इतर पेशींपासून वेगळी ओळखणे शक्य आहे का या प्रश्नांची उत्तरे मिळाल्यास त्या नष्ट करणे किंवा त्याना शरीराबाहेर काढून टाकणे शक्य आहे. आणि त्यातून कॅन्सरवर मात करणे शक्य होईल, असा प्रबळ आशावाद जॉर्ज मुलाखतीत व्यक्त करीत होता. पण ह्या सगळ्या प्रवासाचा पहिला अत्यंत महत्वाचा टप्पा होता तो म्हणजे मानवी पेशी शरीराबाहेर, परीक्षानळीत वाढवणे आणि तो टप्पा ओलांडण्यात जॉर्जच्या प्रयोगशाळेला यश आले होते. या नवलाची अनुभूती

देणारी ती हेला पेशींची बाटलीच जॉर्जने प्रेक्षकांना दाखवली. मुलाखत संपली आणि समस्त वैज्ञानिक-संशोधकांच्या जगात एकच खळबळ उडाली. निसर्गाचा जणू चमत्कार असलेल्या मानवी शरीरातील पेशी प्रयोगशाळेतील परीक्षानळीत वाढू शकतात? वाढल्या? कल्पितापेक्षा अद्‌भुत असेच हे वास्तव सांगत होता हा संशोधक! या छोट्याशा मुलाखतीने जॉर्ज रातोरात जगभरातील वैद्यकीय आणि संशोधनक्षेत्राचा, चर्चेचा विषय झाला आणि त्यापाठोपाठ त्याच्या प्रयोगशाळेत वाढणाऱ्या ह्या पेशींवर मागण्यांचा पाऊस पडू लागला. जगभरातील वेगवेगळ्या प्रयोगशाळांतील संशोधक त्याच्याकडे आपली मागणी नोंदू लागले आणि मग जॉर्जच्या प्रयोगशाळेत पेशीसंवर्धनाच्या कारखान्यातील उत्पादनाला (!) वेग येऊ लागला. जॉर्ज गे याच्या प्रयोगशाळेपासून हेला पेशींचा जगभरात प्रवास सुरू झाला.

जिथून मागणी येईल, तेथे या पेशी पोचवल्या जाऊ लागल्या. प्रारंभी बाटलीत वाढवलेल्या पेशींवर पोषक माध्यमाचे काही थेंब टाकून त्या विमानातून रवाना केल्या जात. या प्रवासातील एक प्रमुख अडचण होती, ती म्हणजे बाटलीतील द्रवात असलेली पोषकद्रव्ये संपायच्या आत तो नमुना इष्ट जागी पोचण्याची. कल्पनातीत वेगाने वाढणाऱ्या हेला पेशी ते पोषक द्रव्य झपाट्याने संपवत आणि ते संपले की, मरून जात. पण बाल्टिमोर विमानतळावरील कर्मचाऱ्यांना या विषयाचे गांभीर्य एव्हाना समजले असल्याने वैमानिक किंवा विमानातील इतर कर्मचारी खिशातच ती बाटली बाळगत. विमान इच्छित स्थळी पोचताच तिथे उपस्थित असलेला प्रयोगशाळेचा कर्मचारी ती ताब्यात घेऊन त्वरेने प्रयोगशाळा गाठत असे. हळू-हळू अनुभवाच्या आधारे या वाहतुकीच्या तंत्रातही सुधारणा होऊ लागली. त्यात नवे प्रयोग होऊ लागले. पहिला प्रयोग, पेटीत बर्फ भरून त्यात बाटल्या ठेवण्याची केलेली व्यवस्था. यामुळे पेशींची वाढ थांबून त्यांची अन्नाची गरजही कमी होई. अर्थात गोठलेल्या पेशींना पुन्हा मूळ पदावर आणून त्यांची थांबवलेली वाढ पुन्हा सुरू करणे हे एक आव्हान होते, पण ते त्यामानाने सोपे होते. यामुळे हे नमुने दूर दूर पाठवता यायला लागले. केवळ अमेरिकेतच नाही तर थेट युरोपातही त्या पेशी जाऊ लागल्या. जॉर्जची ही पेशीबाळे खरोखर अनमोल होती; कारण औषधविज्ञान, सौंदर्यप्रसाधने या क्षेत्रांत आमूलाग्र क्रांती घडवून आणणारे संशोधन करण्यासाठी या पेशींची मदत होणार होती. एखादे नवीन औषध तयार होताना त्याच्या चाचण्या प्राण्यांवर घेतल्या जातात. त्याच्या पुढचा टप्पा म्हणजे माणसावर त्याच्या चाचण्या घेणे. पण आजवर ते शक्य होत नव्हते. आता मानवी शरीराबाहेर वाढू शकणाऱ्या ह्या पेशींमुळे हे आव्हान

आटोक्यात आले. कारण त्यामुळे वैज्ञानिक जगताला प्रयोगासाठी आवश्यक असलेला, मनुष्यशरीराचे काम करणारा आणि ती सारी वैशिष्ट्ये असलेला एक जिवंत पर्यायच उपलब्ध झाला. हळू-हळू असे आढळून आले की, हेला पेशींच्या निर्मितीचा वेग प्रचंड असल्याने एखाद्या औषधामुळे त्या मेल्याच, तरी फारसे चिंतेचे कारण नव्हते. अनेक प्रयोगशाळांमधून हेला पेशींना मागणी होती, ती याचमुळे. विष, घातक प्रारणे, रोगकारक सूक्ष्मजीव यांचा मानवावर काय परिणाम होतो, हे अभ्यासण्यासाठी पेशींवर अशा अनेक द्रव्यांचा मारा केला गेला.

हेला पेशींच्या जन्मापासूनच त्यांना प्रचंड मागणी होती, पण १९५४ मध्ये त्यांचा कारखानाच उभारण्याची गरज निर्माण झाली ती अमेरिकेत आलेल्या पोलियो नावाच्या वादळामुळे. १९५२ साली ह्या आजाराचे जे अत्यंत हिंस्त्र, आक्रमक रूप अमेरिकेसमोर आले, त्याच्या दर्शनाने अमेरिकेतील आरोग्यविश्व मुळापासून हादरले. अमेरिकेतील अनेक प्रांतांत पोलियोची जोरदार साथ आली. त्यापूर्वी अमेरिकेत वर्षाला सरासरी वीस हजार पोलियोचे रुग्ण नोंदविले जात, पण त्या वर्षी ही संख्या दुपटीपेक्षा अधिक होती. त्या वर्षात अमेरिकेत पोलियोचे तब्बल ५४००० रुग्ण नोंदवले गेले. त्यापैकी तीन हजारापेक्षा जास्त रुग्णांचा ह्या आजाराने बळी घेतला. या रुग्णांमध्ये लहान मुले बहुसंख्येने होती. गंभीर बाब म्हणजे हा रोग नेमका होतो कसा आणि तो पसरतो कसा, ह्या प्रश्नाच्या मुळाशी आजवर संशोधक जाऊ शकले नव्हते. या रोगाचे सूक्ष्मजीव चेतासंस्थेवर हल्ला करीत आणि त्यामुळे अनेकदा रुग्णाला कायमचे अपंगत्व येई. त्याचे पाय पांगळे होत. यानंतरचे पूर्ण आयुष्य त्याला पायाला ब्रेसेस लावून किंवा कुबड्यांच्या मदतीने घालवावे लागे. मुलाचे हसते खेळते आणि आपल्या पायावर धावणारे आयुष्य एका फटक्यात पोलियोच्या तडाख्याने कायमचे पांगळे आणि परावलंबी होऊन जाई. असा परावलंबी रुग्ण आयुष्यभर सांभाळण्याची आर्थिक क्षमताही अनेक कुटुंबांमध्ये नसल्याने पोलियोने मरण्यापेक्षा पोलियोसह जगणे जास्त कठीण होते. पोलियोचे विषाणू काही काळाने श्वसनसंस्थेवर आघात करीत, मग रुग्णाला श्वास घेणे कठीण जाई. अनेक रुग्णालये पोलियोग्रस्तांना भरती करून घ्यायला नकार देत होती. तर अनेक हॉस्पिटले ह्या रुग्णांनी आधीच भरलेली असल्याने नवीन रुग्णांना भरती करून घेणे त्यांना शक्य होत नव्हते. निर्जंतुकीकरण, अशा रुग्णांना इतरांपासून वेगळे काढून त्यांना स्वच्छ अन्न-पाणी पुरवणे असे नेहमीचे उपाय सुरू करूनही साथ आटोक्यात येत नव्हती. मग भराभर शाळा बंद करण्यात आल्या. तरणतलाव, उद्याने ओस पडू लागली. लोकांमधील अस्वस्थता आणि त्याचबरोबर लसीची मागणी वाढू लागली. अमेरिकेचे एक माजी अध्यक्ष

फ्रँकलिन रूझवेल्ट हे स्वत: पोलियोग्रस्त असल्याने पोलियोमुळे येणारे शारीरिक अपंगत्व व त्यातून येणारी मानसिक दुर्बलता त्यांनी अनुभवली होती. म्हणूनच रुझवेल्ट यांनी National Foundation For Infantile Paralysis(NFIP) नावाची संस्था स्थापन केली. पोलियोग्रस्त रुग्णांना उपचारासाठी ही संस्था मदत करीत होती. पोलियोग्रस्ताला पूर्णपणे बरे करणारे उपचार तेव्हाही नव्हते, आजही नाहीत. एकीकडे हा आजार असे थैमान घालत असताना दुसरीकडे या रोगावर प्रतिबंधक लस बनवता येईल का, यावरील संशोधन जोरात सुरू होते. फेब्रुवारी १९५२ मध्ये पिट्सबर्ग विद्यापीठातील डॉ. जोनास साल्क यांनी पोलियोवर लस शोधल्याची घोषणा केली. पण ही लस माणसावर उपचार करण्यासाठी योग्य आहे का, ते तपासून पाहण्याची गरज होती. वीस लाख मुलांचे लसीकरण व रक्ततपासणी व जवळ जवळ तेवढ्याच उदासिनीकरण चाचण्या यासाठी आवश्यक होत्या. लस प्रभावी ठरते आहे की नाही, हे तपासून पहाण्यासाठी या चाचण्या करण्यात येत. यात लस दिलेल्या मुलांच्या रक्ताचे नमुने घेतले जात, रक्ताची गुठळी झाल्यावर वेगळा केलेला रक्तद्रव, पोलियोचे विषाणू व जिवंत पेशी एकत्र केल्या जात. लस टोचल्यामुळे मुलांमध्ये प्रतिकारशक्ती विकसित झाली, तर विषाणू निष्प्रभ होत व ते पेशींना कोणतीही इजा करत नसत. परंतु लस परिणाम कारक नसेल, तर विषाणू पेशींवर हल्ला करीत. पेशींमधे झालेला हा बिघाड सूक्ष्मदर्शकाखाली तपासणे सहज शक्य होई.

या उदासिनीकरण चाचण्या तेव्हा माकडाच्या पेशी वापरून केल्या जात, पण हे सर्व प्रकरण खूपच खर्चिक होते. यामुळे पर्यायांचा शोध सुरू झाला. हेला पेशींनी हा पर्याय उपलब्ध करून दिला. पोलियो लसीच्या चाचणीचे हे शिवधनुष्य एन.एफ.आय.पी.ने उचलले. चाचण्यांचे साधन अर्थातच असणार होती डॉ. जॉर्ज गेची परीक्षानळीत वाढलेली अनमोल बाळे.एन.एफ.आय.पी.ने जॉर्जला बोलावून घेतले. हेला पेशींची निर्मिती त्याच्या मदतीने करण्याचे निश्चित झाले. पण लसीची चाचणी घेण्यासाठी त्यांचे उत्पादन खूप पटींनी वाढायला हवे होते. त्यासाठीच हेला पेशींचा कारखाना काढायचे ठरले. हा कारखाना म्हणजे एक प्रचंड मोठी प्रयोगशाळाच असणार होती. टस्कगी येथे ही प्रयोगशाळा काढण्याचे निश्चित झाले. टस्कगीच्या निवडीमागील प्रमुख सुत्रधार होता चार्लस बायनम. चार्लस हा एक विज्ञानशिक्षक व नागरी हक्कांसाठी लढा देणारा चळवळ्या होता. टस्कगीमध्ये कृष्णवर्णीयांची लोकसंख्या खूप होती. त्यांना नागरी हक्क मिळावे, रोजगार मिळावा, यासाठी स्थापन केलेल्या संस्थेचा चार्लस संचालक होता. कृष्णवर्णीयांना रोजगार मिळण्यासाठी ही प्रयोगशाळा टस्कगीत व्हावी, यासाठी चार्लस प्रयत्नशील

होता. या निमित्ताने त्याच्या प्रयत्नांना यश आले, मोठमोठी उपकरणे, हजारो लिटर पेशीसंवर्धन माध्यम,पस्तीस शास्त्रज्ञ-तंत्रज्ञ, पेशींचा दर्जा तपासणी (quality control) करणारा तंत्रज्ञांचा स्वतंत्र गट असा मोठा पसारा उभा राहिला, कामाला लागला आणि हेला पेशींचे उत्पादन ह्या प्रयोगशाळेत सुरू झाले. एका आठवड्याला तब्बल सहा कोटी पेशींचे उत्पादन होत होते. आता आव्हान होते ते पेशींच्या दळणवळणाचे.

टस्कगीमध्ये निर्माण झालेल्या पेशी चाचण्यांच्या ठिकाणी सुरक्षित पोचू शकल्या नाहीत, तर त्यांच्या निर्मितीला काही अर्थच उरणार नव्हता. तोपर्यंत त्या विमानानेच जात असत. पण मोठ्या प्रमाणावर पाठवायच्या असतील, तर हा मार्ग खर्चिक होता. डॉ. जॉर्जने एन.एफ.आय.पी. मधील त्याचा सहकारी डॉ. शिहरर याच्याशी विचारविनिमय केला व एक बॅच पोस्टाने पाठवून बघण्याचे त्यांनी ठरवले. १९५२च्या मेमोरियल डेला डॉ.जॉर्जने हेलाच्या काही बाटल्या एका लाकडी खोक्यात भरल्या. खोक्याला आतील बाजूने थर्माकोलचे आच्छादन लावले. बाटल्यांच्या डोक्यावर बर्फाच्या पिशव्या ठेवत कडेकोट बंदोबस्त केला. तयार झालेले हे पार्सल घेऊन मेरी मुख्य पोस्ट ऑफिसात गेली. मेमोरियल डेची सुटी असल्याने इतर सर्वच पोस्ट ऑफिसे बंद होती. सार्वजनिक सुट्टीचा दिवस असल्याने मेरीला तिथपर्यंत जाण्यासाठी खूपच यातायात करावी लागली. पण ज्याच्याबद्दल सर्वांना कमालीची उत्सुकता होती, असा हेलाच्या प्रवासातील हा आणखी एक मोठा टप्पा होता. पार्सल तीन दिवसांनी डॉ. शिहररकडे पोचले. त्याने बाटल्या काढून इनक्युबेटरमधे ठेवल्या आणि टपालाने प्रवास करून आलेल्या ह्या जिवंत पेशी सुखेनैव वाढू लागल्या. जिवंत पेशींचा पोस्टाद्वारे झालेला हा 'प्रवास' सुखरूप पार पडला आणि पेशी इच्छित स्थळी पोचल्या.

नंतर नंतर तर या पेशींनी विमान, रेल्वे एवढेच नाही तर अगदी ट्रकनेसुद्धा प्रवास केला. टस्कगीच्या प्रयोगशाळेत आठवड्याला हेला पेशींच्या वीस हजार बाटल्या, सहा कोटी पेशींची निर्मिती सुरू झाली.

अनेक कृष्णवर्णीय शास्त्रज्ञांनी या निर्मितीत आपले योगदान दिले, ज्यात बहुसंख्येने महिला होत्या. ही तीच टस्कगी जेथे कृष्णवर्णीय रुग्णांना वैद्यक शास्त्रातील प्रयोगांसाठी गिनी पिग म्हणून वापरण्यात आले. जगभर गाजलेला सिफिलीस अभ्यास प्रकल्प याच टस्कगीत याच कालखंडात सुरू होता आणि तेथेच कृष्णवर्णीय शास्त्रज्ञ व तंत्रज्ञ एका कृष्णवर्णीय महिलेच्या पेशी वापरून लाखोंना पोलियोमुक्त करण्यासाठी राबत होते.

पोलियो लसीच्या चाचण्यांसाठी हेला पेशी वापरणे शक्य झाले, कारण

वाढण्यासाठी त्यांना इतर पेशींप्रमाणे काचेच्या पृष्ठभागाला चिकटण्याची गरज नव्हती, त्या द्रावणामधेही सहजतेने वाढू शकायच्या आणि पोलियो विषाणूंचा संसर्गही त्यांना सहजतेने व्हायचा. या प्रयत्नांमधून एक महत्त्वाची गोष्ट सिद्ध झाली – हेला पेशींवर विषाणूंचे प्रयोग करणे शक्य आहे. याच काळात विषाणूंची रचना व कार्यपद्धती याचा अभ्यास सुरू झाला होताच. नागीण, गोवर, कांजिण्या, फाऊल पॉक्स अशा अनेक विषाणूंचा प्रयोग हेला पेशींवर होत असल्याचे आढळून आले. थोडक्यात ह्या सगळ्या आजारांवर उपाय शोधण्यासाठी ह्या पेशींचा वापर करणे शक्य होणार होते.

एखाद्या गोष्टीच्या परिरक्षणासाठी (preservation) शीतकरण, गोठवणे या प्रक्रिया आजच्या युगात सर्रास वापरल्या जातात. या क्रियांचा उपयोग सिद्ध झाला तो हेला पेशींच्या वहातुकीमुळे. पेशींची कोणतीही हानी न होता त्यांची साठवण या तंत्रामुळे करता येईल, हे शास्त्रज्ञांच्या लक्षात आले. पेशीच्या वाढीच्या वेगवेगळ्या टप्प्यांवर त्यांना गोठवले; तर त्यांचा तुलनात्मक अभ्यास करता येईल, त्यांच्यात जनुकीय बदल कधी व कसे होतात हे समजेल व यातूनच कदाचित वाढीच्या कोणत्या टप्प्यावर पेशी कॅन्सरग्रस्त होतात हे गूढ उकलेल, असे अभ्यासकांना वाटत होते.

हेलाच्या व्यापारी स्तरावरील निर्मितीमध्ये मुख्य आव्हान होते ते म्हणजे गेच्या प्रयोशाळेत वापरल्या जाणाऱ्या पद्धती व साहित्य यांचे प्रमाणीकरण करण्याची. यातले प्रमुख घटक होते, पेशी वाढवण्याचे माध्यम पोषक द्रव व काचेची उपकरणे. डॉ. जॉर्ज गेला मिळालेल्या यशाची पुनरावृत्ती कोठेही कोणालाही करून पाहणे यामुळे शक्य होणार होते.

एन.आय.एच.(National Institute of Health) मधील शास्त्रज्ञ हॅरी ईगल यानी मानवी पेशी वाढविण्यासाठी प्रमाणित माध्यमाची निर्मिती केली. त्यामुळे हे माध्यम बनविण्यासाठी कोणते घटक, किती प्रमाणात वापरले हे सांगता येणे शक्य होते. माध्यमापाठोपाठ यासाठी लागणाऱ्या काचसाहित्याचेही प्रमाणीकरण करण्यात आले. पेशीसंवर्धनात काचसाहित्याचा आकार व त्यांची स्वच्छता हे घटक खूपच महत्वाचे असतात, तसेच पेशींसाठी ते साहित्य सुरक्षित असणे गरजेचे असते. ह्या सगळ्या साहित्याची परीक्षा हेला पेशींच्या वापरातून शक्य झाली. एका बाजूचा पृष्ठभाग सपाट असलेली गोल बाटली पेशीसंवर्धनासाठी उपयोगी ठरते. या बाटलीची रचनाही डॉ. गे ह्याच्या खटपटीमुळे आकारास आली होती.

आज ह्या सगळ्याच गोष्टी जरी सामान्य आणि आपल्या आवाक्यातील वाटत

असल्या, तरी त्या काळी त्या तशा नव्हत्या. आणि गमतीची बाब म्हणजे, त्या काळात याचे महत्त्वही वैज्ञानिक जगताबाहेर कोणाला फारसे वाटत नव्हते.

हेलाच्या वाटचालीतील पुढचा महत्त्वाचा टप्पा म्हणजे, क्लोन बनविणे अर्थात क्लोनिंगची सुरुवात या पेशीपासून झाली. हे साल होते १९५४. कोलोरॅडोमधील शास्त्रज्ञांना हेला पेशीचा क्लोन बनविण्यात यश आले. हा क्लोन आणि तोपर्यंत डॉ. गे परीक्षानळीत वाढवत असलेला हेला पेशीसमूह यात थोडा फरक आहे. गेच्या हेला पेशी या वेगवेगळ्या पेशींच्या जनुकीय प्रतिमा/आवृत्त्या होत्या. अनेक पेशींपासून तयार झालेल्या अनेक पेशी असे त्यांचे वर्णन करता येईल. त्यामुळे त्यांच्यातील जनुकीय द्रव्य तंतोतंत समान नव्हते. परंतु क्लोन म्हणजे एकाच जनक पेशींपासून निर्माण झालेल्या पेशींचा समूह. त्यामुळे समूहातील पेशी अगदी आवळ्या जावळ्या. या निर्मितीमुळे पेशीय पातळीवरील सूक्ष्म बदलांचा अभ्यास करणे शक्य झाले. यामुळे हेला पेशींच्या मागणीत प्रचंड वाढ झाली.

संशोधन जगतात हेला पेशींच्या वाढत असलेल्या कमालीच्या महत्त्वामुळे आणि या पेशींना जगभर असलेल्या मागणीमुळे त्यांच्याकडे अन्य व्यावसायिकांचे लक्ष जाणे अगदी स्वाभाविकच होते. सॅमुएल रीडर या सैन्यातील माणसाची मायक्रोबायोलॉजिकल असोसिएट्स नावाची कंपनी होती. त्याने आपल्या भागीदारासह ब्रेथेस्का, मेरीलँड येथे व्यापारी तत्त्वावर हेला पेशींचा कारखाना सुरू केला. यांचे मुख्य ग्राहक होते अर्थातच एन.आय.एच. आपल्या उद्योगाच्या वाढीसाठी त्यांनी अनेक विमानकंपन्यांशी करार करून आपल्या उद्योगाची व्याप्ती वाढवली आणि अर्थातच त्याचा फटका बसला तो टस्कगीतील उत्पादन केंद्राला. हळूहळू या केंद्राकडे असलेली मागणी कमी होत ते केंद्र बंदच पडले.

दरम्यान रीडरच्या या कंपनीच्या अनेक सल्लागारांपैकी एक असलेल्या लिओनार्ड हायफ्लिंक ह्याने मानवी शरीरातील कोणत्याही पेशीची आयुर्मर्यादा किती असते, हे शोधून काढले. साधारणत: एक पेशी पन्नास वेळा विभाजित होते व नंतर मरण पावते – या त्याच्या शोधाला त्याचेच नाव दिले गेले. हायफ्लिंक मर्यादा.

हेला पेशी कुठे आणि कशासाठी वापरल्या जाव्यात, यावर ना डॉ. जॉर्ज गेचे नियंत्रण होते, ना वैज्ञानिक जगताचे. विज्ञानाच्या अनेक क्षेत्रांत त्या वापरल्या गेल्या आणि आपले महत्त्व पुन्हा-पुन्हा सिद्ध करीत राहिल्या. किरणोत्सारी द्रव्य, स्टिरॉइड्स, कॅन्सरमध्ये वापरले जाणारी किमोथेरपीची औषधे, संप्रेरक, जीवनसत्वे, क्षय, टायफॉईड, गुप्तरोग अशा अनेक रोगांचे सूक्ष्मजीव या सर्वाचा मारा हेला पेशींवर करण्यात आला. १९५३ मध्ये डॉ. गेने अमेरिकन शासनाच्या विनंतीवरून

अतिपूर्वेकडे हिमोरेजिक फिवर या एक प्रकारच्या तापाच्या अभ्यासासाठी या पेशी नेऊन दिल्या. या पेशी उंदरांना टोचून त्यांना कॅन्सर होतो का, याचा अभ्यास करण्यात आला.

हेला पेशींच्या ह्या इतिहासातील त्यांचा प्रवास फारच रोमांचकारी आहे. डॉ. गे ने त्यांना आपल्या प्रयोगशाळेत जन्म दिला, वाढवले, आईच्या मायेने त्यांचे संगोपन केले आणि विज्ञानाच्या भल्यासाठी निरपेक्षपणे अक्षरश: मागेल त्याला ह्या पेशींचे फुकट नमुने वाटले. काही वेळा स्वत: प्रवास करूनसुद्धा नेऊन दिले. ह्या पेशी कशा वाढवायच्या, याचे तंत्र व मंत्रासहित प्रशिक्षण दिले. अनेक संशोधक यासाठी त्याच्या प्रयोगशाळेत आले, अनेकांच्या प्रयोगशाळेत तो गेला. ह्या सर्व गोष्टींचा रेटा आणि गे ह्याचा ध्यास एवढा होता होता की, स्वत:च्या संशोधनाबाबत शास्त्रीय लेखन करून ते प्रकाशित करायला गेला कधी वेळच मिळाला नाही. नंतर नंतर त्याची पत्नी मार्गरिटच त्याच्या कामाबाबतचे लेखन करून ते शास्त्रीय संशोधन प्रसिद्ध करणाऱ्या प्रकाशकांकडे पाठवू लागली. त्याने या कामाला पैशातही तोलले नाही. त्याच्या डोळ्यादेखत हेला पेशी उत्पादन फॅक्टरी उभी राहिली. डॉ. गेच्या प्रयोगशाळेत वाढलेली ही छोटी पेशी बाळे बघता बघता वैज्ञानिक जगताची सार्वजनिक मालमत्ता बनली.

हेलाचा इतका वेगाने झालेला प्रसार हा गेला काहीसा अस्वस्थ करीत होता. विशेषत: टस्कगी मध्ये हेला पेशी उत्पादन करण्याचा कारखानाच सुरू झाल्यावर त्याने आपल्या संशोधक मित्रांना लिहिलेल्या पत्रात हेला पेशींचा मर्यादित वापर व्हावा ही आपली इच्छा वारंवार व्यक्त केलेली दिसते. हेला पेशींच्या मदतीने आपण जे संशोधन करू शकतो, तेच संशोधन त्याच्या एका जवळच्या मित्राच्या– चार्ल्स पोमेरट याच्या प्रयोगशाळेत होत असल्याबद्दल त्याने कमालीची खंत व्यक्त केली; तेव्हा चार्ल्सने त्याला लिहिलेले पत्र फार बोलके आहे. तो लिहितो, 'तुझ्या कामाबद्दल माझ्या मनात कमालीचा आदर आहे... पण हेलाच्या अमर्याद वापराबद्दल तुझ्या मनात असलेल्या नाराजीबद्दल म्हणशील, तर तू स्वत:च त्या इतक्या ठिकाणी आपल्या हाताने नेऊन दिल्या आहेत की, आता त्या बाजारात जाऊन खरेदी करणे सहज शक्य झाले आहे. आणि अशी सोन्याचे अंडे देणारी कोंबडी हातात आल्यावर कोण त्याचा फायदा उठवणार नाही?' हेला इतक्या सहजपणे संशोधकांना उपलब्ध करून देण्यापूर्वी गे याने त्यावरील आपले संशोधन पूर्ण करायला हवे होते, असे त्याने या पत्रात पुढे लिहिले आहे. पण गेने ते केले नाही आणि आता या पेशींच्या वापरावर त्याचे कोणतेच नियंत्रण उरले नव्हते.

८ नोव्हेंबर १९७० या दिवशी वयाच्या एक्काहत्तराव्या वर्षी डॉ. जॉर्ज गेने या

जगाचा निरोप घेतला, तेव्हा हेला पेशींच्या उत्पादनाभोवती एक नवे वादळ घोंगावू लागले होते. ते होते माहितीपूर्ण संमतीचे. रुग्णाच्या पेशीचे नमुने घेताना रुग्णाची किंवा त्याच्या नातेवाइकांची परवानगी घेतली जात होती का? या नमुन्यांपासून निर्माण झालेल्या पेशीसमूहांवर स्वामित्व नेमके कुणाचे? पेशीविज्ञानातील कोणत्या प्रकारचे प्रयोग नैतिक व कोणत्या प्रकारचे प्रयोग अनैतिक हे कसे ठरवायचे? कोणी ठरवायचे? असे अनेक प्रश्न त्या वादळाच्या केंद्रस्थानी होते. नंतरच्या काळात अशा प्रकारच्या कोणत्याही तपासणीसाठी रुग्णाची 'माहितीपूर्ण संमती' (informed consent) आवश्यक करण्याच्या कायदेशीर लढाईच्या दिशेने प्रवास सुरू झाला होता.

असे प्रश्न उपस्थित करावे आणि संशोधकांकडे त्याची उत्तरे मागावी, अशा अनेक घटना त्याकाळी घडत होत्या. ह्या सगळ्या संशोधनासाठी वापर होत होता तो प्रामुख्याने कृष्णवर्णीय माणसांचा. त्यांना माणसे म्हणून नाही, तर प्रयोगशाळेतील उंदरांचा दर्जा देऊन अनेक आक्षेपार्ह प्रयोग सुरू होते. दुर्दैव म्हणजे अजून त्याचे भान हेन्रीएटासारख्या कितीतरी रुग्णांना आले नव्हते.

□□

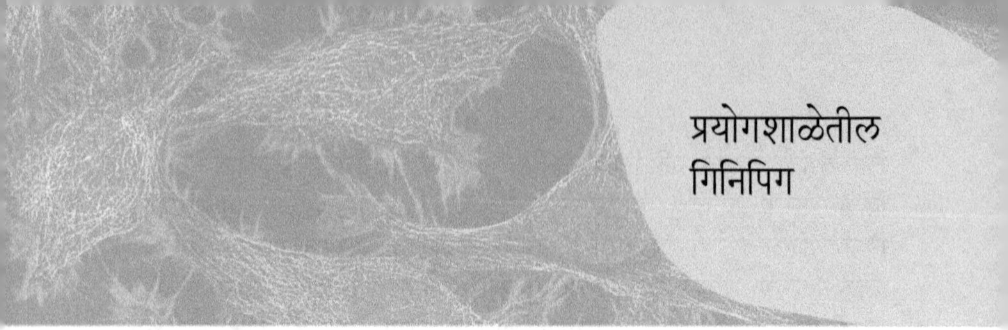

प्रयोगशाळेतील गिनिपिग

हेन्रीएटा ही एक कृष्णवर्णीय तरुणी होती. पाच मुलांची आई असली, तरी एकतीस वर्षांचे वय म्हणजे तरुणीच. तिने उपचारासाठी प्रवेश घेतला, ते बाल्टिमोरचे हॉपकिन्स हॉस्पिटल कृष्णवर्णीय रुग्णांवर उपचार करीत असले; तरी त्या उपचाराला वर्णद्वेषाची काळी किनारही होती. या वर्णद्वेषाला व त्यातून झालेल्या वैद्यकीय प्रगतीला एक खूप मोठा असा इतिहास आहे, जो कधीही अभिमानाने आणि ताठ मानेने सांगता येणार नाही. मूलभूत हक्कांपासून वंचित आणि सतत शोषित राहिलेल्या कृष्णवर्णीय लोकांचा वैद्यकीय संशोधनासाठी झालेला अमानुष वापर हा या इतिहासाचा पाया आहे. यापूर्वी दुसऱ्या महायुद्धाच्या काळात हिटलरने उभारलेल्या छळछावण्यांमधील कैद्यांवरसुद्धा संशोधकांनी असेच अनेक वैद्यकीय प्रयोग केले होते. हेला पेशींनी वैद्यकीय संशोधनाच्या क्षेत्रात जी महत्त्वाची भूमिका बजावली, त्याला मानवतेला काळिमा फासणाऱ्या अशा अनेक दुर्दैवी प्रयोगांची दुसरी बाजूही होती. या प्रयोगांचा कर्ताकरविता होता डॉ. चेस्टर सौथॅम, ज्याला त्याच्या संशोधनातील अमानुषतेबद्दल पुढे सजाही भोगावी लागली.

ते साल होते १९६६. डॉ. चेस्टर सौथॅम व त्यांचे सहकारी डॉ. मेंडेल या दोन संशोधकांना एक वर्षासाठी त्यांच्या कामापासून सक्तीने दूर करण्यात आले. खरे म्हणजे, त्यांचा व्यावसायिक परवाना रद्द करून एन.आय.एच.ने त्यांच्या प्रकल्पांचे अनुदान थांबवावे – अशीच मागणी माध्यमे, जनता व वैद्यकीय क्षेत्रातील संशोधक यांच्याकडून होत होती; पण एवढी गंभीर कारवाई त्यांच्यावर केली गेली नाही. अशी मागणी होण्याचे कारणही तेवढेच गंभीर होते. पेशंटच्या संमतीशिवाय त्यांचा वैद्यकीय संशोधनासाठी दुरुपयोग केल्याचा त्यांच्यावर आरोप होता. हे कृत्य बेकायदेशीर, अनैतिक व निंदनीय असल्याचे आरोपात म्हटले होते. या प्रकरणाची सुरुवात झाली ती फेब्रुवारी १९५४ मध्ये. स्लोन इन्स्टिट्यूट ऑफ कॅन्सर रिसर्चमधील प्रसिद्ध कॅन्सरसंशोधक व विषाणूविभागप्रमुख डॉ.

चेस्टर सौथॅम यांनी आपल्याकडे उपचारासाठी येणाऱ्या कॅन्सरच्या रुग्णांना इंजेक्शनद्वारे हेला पेशींचा डोस दिला. हेला पेशी मूलत: कॅन्सरच्या पेशी असल्याने त्यांच्यात तो आजार निर्माण करण्याची क्षमता आहे का, हे त्याला तपासायचे होते. पहिल्या रोगी महिलेला त्यांनी पन्नास लाख पेशी टोचल्या. दोन आठवड्यांतच या पेशींनी इंगा दाखवायला सुरुवात केली. इंजेक्शनच्या जागी दोन सेंटिमीटरची गाठ निर्माण झाली आणि थोड्याच दिवसांत शरीरात अन्यत्र गाठी वाढू लागल्या. यापैकी काही गाठी सौथॅमने शस्त्रक्रिया करून काढून टाकल्या, तर काही मात्र परिणामांचा अभ्यास करण्यासाठी जाणून बुजून तशाच ठेवल्या. नंतर त्यांनी डझनावारी रुग्णांना इंजेक्शनद्वारे ह्या पेशींचे डोस दिले. ह्या महिलेसह अन्य चार-पाच लोकांना कॅन्सरने पकडले. आपल्या ह्या कृतीमागे त्यांनी केलेले समर्थन काय होते तर, ''एवीतेवी या रुग्णांना या रोगाने गाठलं आहेच, त्यामुळे मी हा डोस देऊन काही अपराध केलेला नाही!'' मे १९५६ मध्ये त्यांनी या प्रयोगाची व्याप्ती आणखी वाढवली. ओहायोमधील तुरुंगातील ६५ कैद्यांना त्याने हेला पेशींचा डोस दिला. नंतर त्याने हे काम ब्रुकलिनमधील ज्युईश क्रॉनिक डिसिज हॉस्पिटलच्या डॉ. मेंडेल याच्यावर सोपवले. मेंडेलने ते त्याच्या निवासी डॉक्टरांपैकी तिघांना नेमून दिले. सहसा वरिष्ठ डॉक्टरांनी दिलेल्या कामाबद्दल शंका उपस्थित न करता ते मुकाट्याने पार पाडायचे, हा वैद्यकीय व्यवसायाचा संकेत; पण इथे मात्र तसे न घडता काहीतरी वेगळे घडले. या प्रयोगात रुग्णाच्या आरोग्याला धोका निर्माण होऊ शकतो, अशी शंका आल्याने त्या तिघांनीही ह्या कामास नकार दिला.

मुळात सौथॅमचे हे प्रयोग मानवी अधिकाराच्या कक्षेत येत होते का? 'मानवी अधिकार' अशी काही संकल्पना त्या काळी अस्तित्वात होती का? जिवंत माणसाला प्रयोगाचे एक साधन म्हणून वापर करण्यास कायद्याची परवानगी होती का? असे वैज्ञानिक प्रयोग हे अंतिमत: मानवाच्या कल्याणाकरिताच असल्याने रुग्णाची पूर्व परवानगी वगैरे मुद्दे मधे आणले; तर त्याचा परिणाम विज्ञानाची पिछेहाट होण्यात होईल, असे मानणारे आणि त्यावर विश्वास असलेले सौथॅमसारखे अनेक संशोधक त्यावेळी होते.

दुसऱ्या महायुद्धाच्या काळात हिटलरच्या छळछावण्यांमध्ये संशोधनासाठी जिवंत माणसांचा वापर करण्याचे प्रयोग सर्रास केले गेले होते. हे धक्कादायक सत्य समोर आल्यावर जर्मनीच्या पराभवानंतर नाझी डॉक्टरांवर खटला भरून न्युरेंबर्गमधे तीन सदस्यांच्या समितीपुढे अशा कारवायांची चौकशी केली गेली; तेव्हा शहानिशा करून या समितीने मानवी वापर करून केलेल्या प्रयोगांना आळा घालण्याच्या उद्देशाने दहा मुद्दे असलेली नियमावली तयार केली. यातील पहिल्या

क्रमांकाचा नियम आहे, 'कोणत्याही संशोधनकार्यासाठी माणसाचा उपयोग केला जाणार असेल, तर यासाठी त्याची संमती आवश्यक ठरेल.' 'Required is the voluntary, well-informed, understanding consent of the human subject in a full legal capacity.'या नियमावलीला कायद्याचा दर्जा नसला; तरी हा नियम पुढे मानवाधिकारांसंदर्भात अमेरिकेत व जगभर नंतर जे कायदे झाले, त्याचा मूलाधार ठरला. ही नियमावली 'न्युरेंबर्ग कोड' या नावाने प्रसिद्ध झाली. सौथॅम रुग्णांना हेला पेशी टोचत असताना अमेरिकेतील अन्य काही राज्यांमध्ये संशोधनातील मानवी वापरासंबंधी नियम करण्याबाबत विचारविनिमय सुरू होता, पण संशोधकांच्या विरोधामुळे ते प्रत्यक्षात येऊ शकत नव्हते.

वैद्यकीय क्षेत्रातील सुरुवातीच्या काळातील सर्व शोध मानवी बलिदानाच्या पायावर उभे आहेत. हे सर्वच प्रयोग स्वत:ला श्रेष्ठ समजणाऱ्या मानवसमूहाने सामाजिक, आर्थिक, वांशिकदृष्ट्या कनिष्ठ समजल्या आणि ठरवल्या गेलेल्या मानवसमूहावर केले – हे यातील समान सूत्र आहे. अगदी प्रारंभीच्या काळात मृत शरीरांचा उपयोग शवविच्छेदनासाठी केला जात असे. मानवी शरीरशास्त्राचा अभ्यास यातूनच पक्का झाला. त्या नंतरच्या काळात गुलाम, कैदी व हिटलरच्या छळछावण्यांमध्ये केले गेलेले अनेक प्रयोग माणसांनाही 'प्रयोगशाळेत प्रयोग करण्यायोग्य प्राणी' (लॅब ॲनिमल्स) म्हणून वापरले गेल्याचे पुरावे सादर करतात. म्हणूनच अठराव्या शतकात कृष्णवर्णीय समाजात डॉक्टर या प्राण्याची प्रचंड दहशत होती. भुताखेतांच्या कथांसारख्या 'नाईट डॉक्टर'च्या कथा प्रसिद्ध होत्या. यातल्या काही कथा गोऱ्या मळेवाल्यांनी मुद्दामच पसरवल्या होत्या. आफ्रिकन मजुरांमध्ये शिक्षणाच्या अभावी अंधश्रद्धा प्रचंड. रोग किंवा मृत्यू भूतबाधेमुळे होतात, असे त्यांना वाटे. या मजुरांनी पळून जाण्याचा किंवा एकमेकांना भेटण्याचा प्रयत्न करू नये, म्हणून मालक त्यांना सांगत की, ते डॉक्टर रात्रीच्या वेळी येतात आणि आजारी कामगारांना संशोधनासाठी पकडून नेतात. पांढरे वस्त्र पांघरलेली मालकांनीच पाठवलेली माणसे रात्रीच्या वेळेस फिरून हा समज दृढ करत. पण त्या काळातील काही रुग्णालये व काही प्रांतांचा इतिहास पाहिला, तर केवळ मजुरांना घाबरवण्यासाठी केलेले कारस्थान नव्हते, हे सहजतेने लक्षात येते. संशोधनासाठी कृष्णवर्णीयांचे मृतदेह थडगी उकरून काढले जात व वैद्यकीय महाविद्यालयांना पुरवले जात. अमेरिकेत गुलाम म्हणून आणल्या गेलेल्या कृष्णवर्णीय लोकांना या प्रयोगांमधे सर्रास विषयवस्तू स्वरूपात वापरले गेले, असे आढळून येते.

आधुनिक प्रसूति शल्यचिकित्साशास्त्राचा जनक म्हणून ओळखल्या जाणाऱ्या

डॉ. जेम्स मॅरिओन सिम्स ह्या सर्जनने १८४० साली अलाबामा राज्यात प्रसूतितज्ञ म्हणून कामाला सुरुवात केली. भूल देण्याचे तंत्र तेव्हा बाल्यावस्थेत होते. ते पक्के घोटवण्यासाठी १८४५ ते १८४९ या काळात त्याच्याकडील बारा गुलाम स्त्रियांवर त्याने वारंवार शस्त्रक्रिया केल्या. ॲसनार्का या गुलाम स्त्रीवर त्याने तेरा वेळा शस्त्रक्रिया केली. दरवेळी रक्तमांसाचा चिखल, वेदनेने तळमळणारा रुग्ण आणि तरीही प्रयोग करण्याचा सिम्स ह्याचा आग्रह हे सगळे सहन न झाल्याने अनेक शिकावू डॉक्टर हे त्याच्या हॉस्पिटलमधून पळ काढीत. पण सिम्स त्याच्या निश्चयावर अटळ राहून काम करीतच राहिला. सिम्सने त्याचे तंत्र घटवून पक्के केले ते मानवतेचा बळी देऊनच.

फिलाडेल्फियामधील होल्मस्बुर्ग तुरुंगात डॉ. अल्बर्ट क्लिगमनने १९५१ मध्ये प्रथम प्रवेश केला तो ॲथलेट फूट या रोगावर उपचार करण्यासाठी. तुरुंगाचे आवार आणि त्यातील कैद्यांची संख्या बघितल्यावर त्याची प्रतिक्रिया काय असावी? तो म्हणाला, ''एखाद्या शेतकऱ्याला मैलोगणती सुपीक जमीन पाहून जसा आनंद होईल, तशी माझी अवस्था झाली आहे. कारण माझ्यासमोर मैलोगणती कातडी पसरलेली मला दिसते आहे.'' ही कातडी जिवंत माणसांची होती, हे त्याच्या दृष्टीने फारच दुय्यम होते, कारण ही माणसे कृष्णवर्णीय होती ना! डॉ. क्लिगमन त्वचारोगतज्ञ होता. नंतरच्या काळात त्याने या तुरुंगाला वारंवार भेटी दिल्या. दहा वर्षे हे सत्र सुरू राहिलं. अनेक मलमे, शाम्पू, पावडरी व सुमारे एकशे त्रेपन्न औषधांच्या चाचण्या येथील कैद्यांवर घेण्यात आल्या. त्याचे परिणाम? टक्कल, त्वचेवर ठिकठिकाणी निर्माण झालेले मोठाले व्रण, त्वचा व नखे यावर झालेल्या कायमस्वरूपी चिघळलेल्या जखमा आणि असे बरेच काही! तुरुंगातील कैद्यांमध्ये अर्थातच बहुसंख्येने होते ते कृष्णवर्णीय नागरिक. वैद्यकीय क्षेत्रातील अनेक विभागातील संशोधने सर्रास अशीच केली जात होती. एखादे प्रकरण माध्यमांमुळे चव्हाट्यावर आल्यास निदर्शने होत, पण तेवढ्यापुरती! या प्रश्नाला ना सामाजिक पाठिंबा होता, ना कोणा प्रतिष्ठित व्यक्तींचे नेतृत्व अशा आंदोलनांना होते. त्यामुळे निदर्शनांमुळे उठलेली धूळ हळूहळू अलगद खाली बसे आणि संशोधने सुरूच राहत.

टस्कगी हे शहर तर अशा वैद्यकीय प्रयोगांचे माहेरघर होते. अलाबामा राज्याच्या मॅकन परगण्यातील हे शहर. अमेरिकन नागरी युद्धापूर्वी या भागात मोठ्या प्रमाणावर कापसाची शेती होत होती आणि त्यामध्ये हजारो गुलाम राबत होते. गुलामांची प्रथा कायद्याने बंद झाली. त्यानंतर येथे बहुसंख्येने असलेली कृष्णवर्णीय जनता त्याच मालकांच्या शेतावर मजूर म्हणून राबू लागली. त्यांना

असलेला गुलामीचा दर्जा भले कायद्याने कागदावरून नष्ट झाला, पण म्हणून त्यांचे हालाखीचे जिणे संपले नाही. त्यांचे उत्पन्न होते दिवसाला अवघा एक डॉलर. त्यामुळे पैशांची चणचण कायमच असे. मग अडचणीच्या वेळी हेच जमीनदार त्यांना कर्ज पुरवत. यापैकी काही लोक काही टक्क्यांचे मालकही होते, म्हणजे त्यांनी कसलेल्या जमिनीत आलेल्या उत्पन्नावर त्यांचा काही टक्के अधिकार होता. पण शिक्षणाचा अभाव, आजार आणि कुपोषण यामुळे हे लोक कायमच मालकाच्या कर्जाच्या बोज्याखाली असत. त्यांच्या वसाहती म्हणजे संसर्गजन्य रोगांची बजबजपुरी होती. मलेरिया, क्षय, सिफिलिस (गुप्तरोग) अशा रोगांचे प्रमाण येथे खूपच जास्त होते. मॅकन परगण्यात सोळा डॉक्टर काम करीत, यापैकी पंधरा डॉक्टर गोरे होते आणि फक्त एक कृष्णवर्णीय होता. हा एकमेव कृष्णवर्णीय डॉक्टर प्रसंगी भाज्या, धान्य अशा कशाच्याही मोबदल्यात रुग्णांना तपासत असे, पण त्याचे एकट्याचे हात गरजेला पुरे पडत नव्हते.

ही सर्व परिस्थिती वैद्यकीय संशोधनासाठी पोषक अशीच होती. १९३२ मधे येथे अमेरिकेच्या सार्वजनिक आरोग्य सेवेच्या माध्यमातून कृष्णवर्णीयांसाठी 'सिफिलिस स्टडी' या नावाने एक कार्यक्रम हाती घेण्यात आला. या संदर्भात १९२९ मध्ये झालेल्या सर्वेक्षणाचा याला आधार होता. या सर्वेक्षणानुसार सिफिलिसच्या एकूण रुग्णांपैकी ३६% रुग्ण केवळ मॅकन परगण्यात होते आणि त्यापैकी ९९% कृष्णवर्णीय. या रुग्णांना कोणतेही उपचार मिळालेले नव्हते. सार्वजनिक आरोग्य खात्याच्या अधिकाऱ्यांनी या प्रश्नावर शोधलेला उपाय अजब होता. मोफत उपचाराचे आमिष दाखवत यातील पुरुष रुग्णांना स्वयंसेवक म्हणून निवडण्यात आले. तेथील टस्कगी विद्यापीठाच्या मदतीने हा कार्यक्रम राबविण्यात आला. कृष्णवर्णीयांच्या शिक्षणाची सोय व्हावी, म्हणून बुकर वॉशिंग्टन या दानशूर व्यक्तीच्या प्रयत्नातून हे विद्यापीठ उभे राहिले होते. बुकर वॉशिंग्टन हाही कृष्णवर्णीय पण अथक प्रयत्न व शिक्षण यामुळे तो व्हाईट हाऊसचा सल्लागार बनला. कृष्णवर्णीयांना शिक्षण, चांगली नोकरी आणि व्यवसायाच्या संधी मिळाव्या, त्याचबरोबर समान नागरी हक्क मिळावे, यासाठी तो मरेपर्यंत झटला. टस्कगी विद्यापीठ ही त्याचीच निर्मिती. दुर्दैवाची बाब म्हणजे, पोलियो लसीच्या निर्मितीसाठी हेला पेशींचा कारखाना ज्या टस्कगीत उभा राहिला, त्याच टस्कगीत माणुसकीला काळिमा फासणारा 'सिफिलिस स्टडी' हा अभ्यास जवळ जवळ चाळीस वर्षे चालला आणि अनेक वर्षे बाहेरच्या जगाला त्याचा पत्ताही लागला नाही.

त्या काळी सिफिलिस हा अत्यंत घातक रोग मानला जाई. ट्रिपोनिमा पॅलिडम नावाच्या सर्पिलाकार सूक्ष्मजीवांमुळे हा रोग होतो. बाह्य जननेंद्रियांवर फोड

येण्यापासून रोगाची सुरुवात होते. हा रोग असुरक्षित लैंगिक संबंधातून जोडीदाराला व गरोदर स्त्रियांमध्ये नवजात बाळाला होतो. प्राथमिक अवस्थेत उपचार झाले नाहीत, तर हे फोड वाहू लागतात व रोगाचे जंतू हाडापर्यंत, हृदयापर्यंत पोचतात. तेव्हाही उपचार झाले नाही, तर चेतासंस्थेवर विपरीत परिणाम होणे सुरू होते. अंधत्व, अर्धांगवात, भ्रमिष्टपणा व मृत्यू असे याचे पुढचे अपरिहार्य टप्पे आहेत. आरोग्यखात्याला हे टप्पेच अभ्यासायचे होते. त्यासाठी संशोधकांना रोगाच्या विविध टप्प्यांवरचे रुग्ण हवे होते. एवढेच नाही तर त्यांच्या मृत्यूनंतर त्यांचे मृतदेहही हवे होते. त्याचे शवविच्छेदन करून सिफिलिसचा रोगी नेमका कशाने मृत्यू पावतो, त्या कारणांचा त्यांना अभ्यास करायचा होता. सिफिलिसचे रुग्ण शोधण्यासाठी आरोग्यखात्याने मोफत वैद्यकीय निदान शिबिराची घोषणा केली. या शिबिरातून त्यांना सिफिलिसचे संभाव्य रुग्ण सापडले की, त्यांना जीवनसत्त्वे, पारा व आर्सेनिक यांची निरुपयोगी मात्रा दिली जाई. पण त्या काळी सिफिलिस साठी गुणकारी मानले गेलेले सॅलव्हारसन मात्र दिलं जात नव्हते. १९४३ मध्ये पेनिसिलीनच्या शोधाने वैद्यकीय जगतात प्रचंड क्रांती झाली. अत्यंत प्रभावशाली अशा या प्रतिजैविकाने (अँटिबायोटिक) अनेक संसर्गजन्य रोगांवर उपचार सापडला. हे पेनिसिलीनही या रुग्णांच्या वाट्याला कधी आले नाही.

रुग्णाच्या शरीरात रोगाचा प्रवास कुठे, कसा व किती वेगाने चाललाय, हे नोंदवायचे असेल; तर रुग्णांनी वैद्यकीय केंद्राला नियमितपणे भेट द्यायला हवी. हे सर्व रुग्ण कृष्णवर्णीय. यांचे हातावरचे पोट, नियमित उपचारांविषयीची जागरूकता अत्यंत कमी. म्हणूनच यांच्याशी संपर्क ठेवण्यासाठी एका विशेष कृष्णवर्णीय नर्सची नेमणूक करण्यात आली. ही प्रामुख्याने दुसऱ्या व तिसऱ्या टप्प्यातील रुग्णांच्या घरी भेटी द्यायची. त्याना ॲमस्परिन, जीवनसत्वे व लोहाच्या गोळ्या असे काही बाही द्यायची. त्यात रोग बरा होईल, असे काहीही नसायचे. हे रुग्ण धरून ठेवण्यासाठी काय काय आमिषे देण्यात आली. विशेष व मोफत उपचार, मोफत अंत्यसंस्कार आणि अशीच काही. हेतू हा की कोणत्याही परिस्थितीत रुग्णाचा घरी मृत्यू होऊ नये. कारण तसे झाल्यास तर त्याला परस्पर पुरले जाईल आणि मग रोगजंतूंचा माग काढता येणार नाही. अत्यंत अमानुष असा हा प्रयोग सत्तरीच्या दशकापर्यंत म्हणजे १९७२ पर्यंत चालला. प्रयोगासाठी रुग्णाची पूर्वसंमती वगैरे घेण्याचा विचारसुद्धा कोणाच्या मनात आला नव्हता.

हेन्रीएटाचे बाल्टिमोर शहर आणि हेला पेशींचे जन्मस्थान असलेले हॉपकिन हॉस्पिटल हेही वंशभेदाच्या पायावर उभ्या असलेल्या वैद्यकीय प्रयोगांसाठी कुख्यात होते. १९६९ मध्ये तेथील संशोधकांनी जवळपासच्या सात हजार मुलांच्या रक्ताचे

नमुने गोळा केले. यातील बहुसंख्य मुले गरीब कृष्णवर्णीय कुटुंबातील होती. काय होता या प्रयोगामागचा हेतू? कोणा सुबुद्ध माणसाचा विश्वास बसणार नाही असा..! गुन्हेगारीची बीजे या मुलांच्या रक्तातच असतात का, हे म्हणे संशोधकाना तपासायचे होते. मुळात हा समाज जन्मत:च गुन्हेगार असतो, हे एक गृहितक व गुन्हेगारी आनुवंशिक असते, हे दुसरं गृहितक वांशिक श्रेष्ठत्वाच्या कल्पनेवर आधारित होते. याच हॉस्पिटलमधील वर्णद्वेषी व्यवहाराचे दुसरे उदाहरण म्हणजे १९९३च्या एका अभ्यासविषयावरून हॉपकिन्स हॉस्पिटलवर भरला गेलेला खटला. दोन महिलांनी हा खटला दाखल केला. त्यांचा आरोप असा होता की, संशोधकांनी त्यांच्या मुलांना जाणीवपूर्वक शिसे या विषारी धातूच्या संपर्कात ठेवले. या मुलांच्या रक्ताची तपासणी केली असता रक्तात खूप जास्त प्रमाणात शिसे सापडले. त्यानंतरही ही बाब पालकांपासून दडवून ठेवण्यात आली. या विषारी धातूचा समावेश असलेल्या रंगांचा वापर कमी करणे, या रंगांमधे सुधारणा करण्यासाठीच्या उपाययोजना शोधणे हा या अभ्यासामागील हेतू होता. पण त्यासाठी जे मार्ग अवलंबण्यात आले, ते मात्र अत्यंत निंदनीय होते. वरील अभ्यासासाठी मोठ्या प्रमाणात नमुने मिळावे, म्हणून घरमालकांना पटवून त्या जागा त्यांनी अशा कृष्णवर्णीय कुटुंबांना दिल्या ज्या कुटुंबात लहान मुले आहेत. घरांना दिलेल्या रंगात वेगवेगळ्या प्रमाणात शिशाचा वापर करण्यात आला होता. यामुळे या मात्रांचा मुलांवर काय आणि किती परिणाम होतो, हे तपासता येणार होते. कोर्टात खटला चालला. केस पुढे अपिलात गेली, तेव्हा एका न्यायाधीशांनी या घटनेची तुलना नाझी अत्याचार, चेस्टर सौथॅमचा खटला यासोबत केली. शेवटी हे प्रकरण नुकसानभरपाई देऊन कोर्टाबाहेर मिटवण्यात आले.

अमेरिकेतील ज्या ज्या परगण्यात कृष्णवर्णीय लोकसंख्या जास्त होती, तेथील रुग्णालयात वैद्यकीय प्रयोगांसाठी मानवी वापर झाल्याच्या खुणा, पुरावे आढळतात. विसाव्या शतकाच्या मध्यापर्यंत ह्या 'प्रयोगवस्तूंना' याची माहितीच नव्हती, त्यामुळे अर्थातच परिणामांविषयीही ते अनभिज्ञ होते. त्यांना ना कायद्याचे संरक्षण होते, ना समाजाची सहानुभूती.

अशा परिस्थितीत 'सज्ञान संमती' हे शब्द १९५७ मधील एका खटल्याच्या निमित्ताने प्रथम वापरले गेले. मार्टिन साल्गो नावाच्या रुग्णाला शस्त्रक्रियेसाठी भूल दिली गेली. शुद्धीवर आल्यावर त्याला जाणवले की, त्याच्या शरीराच्या खालच्या भागात कोणतीच संवेदना नव्हती. असे काही होऊ शकते, याची आपल्याला कल्पना नव्हती, या मुद्द्यावरून हा खटला चालला. पण या खटल्याच्या कक्षेत हेन्रीएटाच्या पेशी टोचणारा सौथॅम मात्र येत नव्हता. कारण हेन्रीएटा त्याची रुग्ण

नव्हती. या कामातील त्याचा सहकारी होता मेंडेल. त्याने त्याच्या निवासी डॉक्टरांवरील दबाव वाढवायला सुरुवात केली. तेव्हा २७ ऑक्टोबर १९६३ ला या तिघांनी राजिनामे दिले. मेंडेल याच्यामार्फत सौथॅम जे काम करून घेत होता; ते कृत्य बेकायदेशीर, अनैतिक आणि अत्यंत निषेधार्ह असल्याचे या तिघांनी नंतर केलेल्या एका प्रतिज्ञापत्रात लिहिले होते. हे प्रकरण चिघळतेय, असे दिसू लागले. हॉस्पिटलच्या बोर्डावर असलेल्या विल्यम हायमन नावाच्या वकिलाच्या कानावर हे प्रकरण गेले, तेव्हा त्याने हॉस्पिटलकडे सर्व रुग्णांचे तपासणी अहवाल मागितले. ते त्याला दिले गेले नाहीत, म्हणून त्याने हॉस्पिटलवर खटला दाखल केला. सौथॅमच्या या कृत्याची तुलना त्याने नाझी डॉक्टरांच्या कृत्याशी केली होती. वर्तमानपत्रात हा खटला प्रचंड गाजला. 'रुग्णांना अंधारात ठेवून कॅन्सरच्या पेशी टोचणारे अनैतिक डॉक्टर' अशा शब्दात वृत्तपत्रांनी या घटनेची संभावना केली. अनेक डॉक्टरांची साक्ष झाली. वाद-प्रतिवादाच्या फैरी झडल्या. प्रतिवाद्यांचे म्हणणे होते की वैद्यकीय क्षेत्रात असे सर्रास घडत असते. रुग्णाला विचारून, त्याची संमती घेऊन काम करायचे म्हटले; तर संशोधन होणार कधी आणि कसे? या खटल्याचा निकाल सौथॅमच्या विरोधात लागला. सौथॅम व मेंडेल यांना एक वर्ष प्रोबेशन देण्यात आले.

या निमित्ताने एन.आय.एच. ला (National Institute of Health) मात्र जाग आली. त्यानी संशोधनासाठी माणसांचा वापर करणाऱ्या बावन्न संस्थांचे परीक्षण केले, या परीक्षणाचा अहवाल धक्कादायक होता. यापैकी नऊच संस्थांकडे त्यांचे प्रयोग ज्या व्यक्तींवर सुरू आहेत, त्यांचे हक्क संरक्षित करण्याची काही ना काही व्यवस्था होती. सोळा संस्थांकडे संमतीअर्ज होते, पण उरलेल्यांकडे काहीच नव्हते. त्यामुळे एन.आय.एच.ने त्यांच्याकडून संशोधनासाठी अनुदान घेणाऱ्या सर्व संशोधनसंस्थांसाठी मार्गदर्शक तत्त्वे जाहीर केली. यानुसार त्यांच्याकडे अनुदान मागणाऱ्या सर्व संस्थांच्या अर्जाची छाननी करण्यासाठी एक समिती नेमावी, असे ठरले. या समितीमध्ये सर्व जातीधर्माची, वंशपंथाची सर्वसामान्य माणसे व त्या त्या क्षेत्रातील तज्ज्ञ मंडळीही असतील असे ठरले. मार्गदर्शक तत्त्वे जाहीर झाली. समाजातून विषेशत: संशोधनक्षेत्रातून यावर खूप ओरड झाली. 'संशोधन हे जगाच्या हितासाठीच असते. यासाठी रुग्णाची पूर्वपरवानगीच काय त्याला माहिती असण्याचीही आवश्यकता नाही.' असे अनेक संशोधकांचे म्हणणे होते. संशोधनक्षेत्रात सर्वच जण असे करतात, असा इतर काहींचा युक्तिवाद होता. एन.आय.एच.ने प्रसारित केलेल्या या मार्गदर्शक तत्वांमुळे संशोधकांची व संशोधनाचीच गळचेपी केली आहे व यासाठी विज्ञानाच्या इतिहासात १९६६ हे साल काळ्या अक्षरांनी

नोंदवले जाईल, अशा शब्दात ह्या निर्णयाचा निषेध केला गेला. १९६६ सालीच हार्वर्डमध्ये भूलतज्ज्ञ म्हणून काम करणाऱ्या हेन्री बेकर याने 'न्यू इंग्लंड जर्नल ऑफ मेडिसिन' मध्ये लिहिलेल्या आपल्या संशोधन-निबंधात एक धक्कादायक बाब उघडकीस आणली. त्याने म्हटले होते, 'सौथॅमचे जे संशोधन अनैतिक म्हटले गेले आहे ते अशा प्रकारच्या शेकडो संशोधनांपैकी एक आहे!' आपल्या या निबंधात त्याने, मुलांना हेपटायटीसच्या विषाणूंची लस टोचणाऱ्या आणि रुग्णाला भूल दिल्यावर त्याला कार्बन डाय ऑक्साईड देत त्याच्यावर विषप्रयोग करणाऱ्या अशा प्रकारच्या २२ अत्यंत निर्घृण अभ्यासाची तपशीलवार माहिती दिली होती. सौथॅमचे संशोधन त्यामध्ये सतराव्या क्रमांकावर होते!

व्यावसायिक नीतिमत्ता न पाळल्यामुळे हेला पेशींनी डॉ. सौथॅम आणि डॉ. मेंडेल यांच्या व्यावसायिक जीवनात वादळ निर्माण केले, परंतु त्याच काळात ह्या पेशींनी पृथ्वीची भौगोलिक मर्यादा ओलांडून अंतराळात प्रवेश केला. अंतराळ यानातील नियंत्रित वातावरणाचा, शून्य गुरुत्वाचा पेशींवर काय परिणाम होतो, याचा अभ्यास शास्त्रज्ञांना करायचा होता. १९६० मध्ये रशियाच्या अंतरिक्ष कार्यक्रमाद्वारे व नंतर नासाच्या डिस्कव्हरर XVIII उपग्रहातून हेला पेशी अंतराळात गेल्या. सर्वसामान्य पेशींच्या तुलनेत तिथे या पेशी जास्त क्रियाशील असतात, असे लक्षात आले.

दोन वेगवेगळ्या पेशींचा संयोग घडवून वेगळ्या गुणधर्मांचा सजीव निर्माण करता येईल का, हा शास्त्रज्ञांच्या कुतुहलाचा विषय होता. हेला पेशींच्या रूपाने शरीराबाहेर पेशी तर जगल्या होत्या. आता प्रश्न त्यांच्या संकराचा होता. दोन भिन्न सजिवातील पेशींचे केंद्रक एकत्र आणल्यास त्यांच्या गुणधर्मांचे एकत्रीकरण करता येईल का किंवा अशा संकरित पेशीपासून तयार झालेल्या सजीवात त्याच्या दोन्ही पालकांचे गुणधर्म असतील का – अशा अनेक प्रश्नांची उत्तरे या प्रयोगांमधून मिळणार होती. १९६५ मध्ये ब्रिटीश संशोधक हेन्री हॅरीस व जॉन वॅटकिन्स यांनी हेला पेशी व उंदराची पेशी यांचा संकर घडवून आणला. यातून पहिला मानव–प्राणी असा विचित्र संकर तयार झाला. यानंतर हॅरीसने हा प्रयोग आणखी थोडा पुढे नेला. जननक्षमता गमावलेल्या कोंबडीच्या पेशीबरोबर त्याने हेला पेशीचा संकर घडवून आणल्यामुळे त्या पेशी पुन्हा कार्यरत झाल्या व विभाजित होण्याची त्यांची क्षमता परतून आल्याचे आढळले. ब्रिटन व अमेरिकेतील वृत्तपत्रांचे रकानेच्या रकाने याविषयीच्या बातम्यांनी भरून वाहू लागले. अर्थात या बातम्यांमध्ये कौतुक कमी आणि टीकाच अधिक होती.

'मानव व प्राणी यांचा प्रयोगशाळेत संकर घडून आला. आता यापुढील पायरी

असेल वृक्षमानव', 'संशोधक आता राक्षस जन्माला घालणार', 'माणूस साक्षात परमेश्वरच बनू पहातोय' असे मथळे देत ही बातमी गाजली.

या वादळाचा केंद्रबिंदू होता अर्थातच हेला पेशी. या पेशींचा वापर त्वचा प्रत्यारोपणासाठी करता येईल का, यावरही वैज्ञानिक जगतात विचार चालू होता. अपघात, भाजणे, शस्त्रक्रिया यामुळे शरीराच्या एखाद्या भागावरील त्वचेचा थर काढावा लागतो. अशा रुग्णांसाठी त्वचा प्रत्यारोपण हे वरदान ठरते. नॅशनल कॅन्सर इन्स्टिट्यूटमध्ये काम करीत असलेल्या डॉ. जॉर्ज हयात याने अशा रुग्णांसाठी हेला पेशींचा उपयोग केला. परंतु आरोपणानंतर या पेशी कर्करोगाच्या पेशीत रूपांतरित होऊन अनिर्बंधपणे वाढू लागतात, असे लक्षात आल्याने हा प्रयोग थांबवण्यात आला.

एका छोट्या प्रयोगशाळेत जन्माला आलेल्या ह्या पेशी एकीकडे उपयोगितेची शिखरे गाठत अनेक आजारांवर उपचार शोधण्यासाठी लागणारे संशोधन अंतिम टप्प्यावर नेऊन नव्या औषधांना जन्म देत होत्या. पण संशोधनात प्रगती करीत कितीही आधुनिक औषधे निर्माण झाली; तरी माणसाच्या आयुष्याचे नियंत्रण शास्त्रज्ञ आपल्या ताब्यात घेऊ शकत नाहीत, हे निसर्ग पुन्हा-पुन्हा दाखवत राहिला.

हेन्रीएटाचे आयुष्य पण अशाच एका वळणावर आले होते...

□□

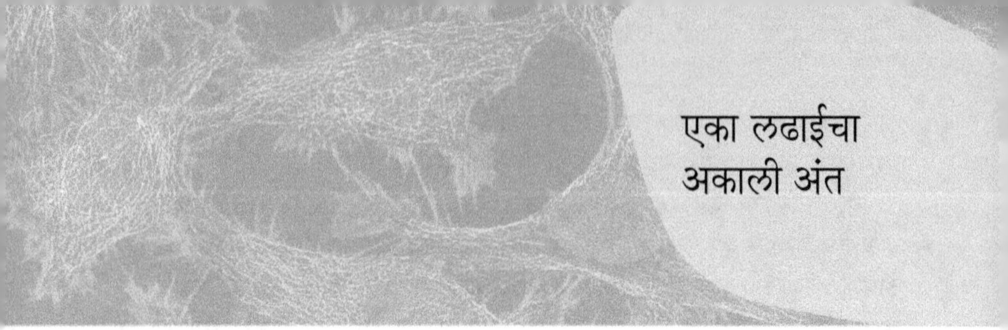

एका लढाईचा अकाली अंत

जूनच्या पहिल्या काही दिवसांतच हेन्रीएटाच्या प्रकृतीबद्दलच्या कुरबुरी खूप वाढू लागल्या होत्या. आपला कॅन्सर वाढतोय, तो आपल्या शरीरात वाढताना आपल्याला जाणवतोय – अशी तक्रार तिने अनेकवेळा डॉक्टरांकडे केली; पण त्यांना मात्र तसे काहीच आढळत नव्हते. 'आपल्याला तसे बरे वाटतेय, पण पोटाच्या खालच्या भागात अस्वस्थता आहे.' अशी तब्येतीची अगदी मोघम तक्रार ती करत असल्याचे एका डॉक्टरने तिच्या केस फाईलमध्ये लिहिले असल्याची नोंद आहे. पण कॅन्सर पुन्हा उद्‌भवल्याचे कोणतेही चिन्ह नाही, असेही त्यात म्हटले आहे. हेन्रीएटाने त्याला काही प्रश्न विचारले असल्याचे दिसत नाही. तिच्या काळातील, पन्नाशीच्या दशकातील अन्य अनेक रुग्णांप्रमाणे डॉक्टर जे काही सांगत; त्याच्याशी ती फारशी सहमत नव्हती. पण हा काळ 'उदात्त हेतूने' (!) रुग्णांपासून गोष्टी लपवून ठेवण्याचा होता. डॉक्टर त्यांच्याकडे असलेली रुग्णांबद्दलची मूलभूत माहितीसुद्धा त्यांच्यापासून लपवून ठेवत असत, अनेकदा स्वत:च्या आजाराचे निदानसुद्धा रुग्णांना ठाऊक नसे. रुग्णांना ज्याच्याबद्दल काहीही माहिती नाही, अशा कॅन्सरसारख्या रोगाबद्दल त्यांच्याशी बोलून त्यांना भांबावून टाकण्यापेक्षा त्यांना काहीही न सांगितलेले बरे – असा डॉक्टरांचा 'विश्वास' होता. डॉक्टर सर्वज्ञानी असतात, असा या वर्गाचा स्वत:बद्दलचा समज झाला होता आणि रुग्णही त्यांना कधीही प्रश्न न विचारून त्यांच्या ह्या समजुतीला जणू दुजोरा देत असत... विशेषत: सार्वजनिक वॉर्डमध्ये असलेले कृष्णवर्णीय रुग्ण डॉक्टरांना आपल्या आजाराबद्दल कोणताही प्रश्न विचारण्याची हिंमत करीत नसत. पन्नाशीच्या दशकात बाल्टिमोरमध्ये गोरे आणि कृष्णवर्णीय ह्यांना सार्वजनिक आयुष्यात मिळणारी वागणूक आणि सवलती वेगवेगळ्या होत्या आणि अर्थात त्यात भेदभाव होताच. शिवाय एक अलिखित संकेत रूढ होता, कृष्णवर्णीय

लोकांनी गोऱ्या लोकांच्या व्यावसायिक निर्णयांना कधीच आव्हान द्यायचे नाही. तसे आव्हान देण्याचे धारिष्ट्यही कोणा कृष्णवर्णीय माणसात नव्हते तो भाग वेगळा! त्यामुळे हॉस्पिटलमध्ये कमालीचा भेदभाव होत असूनही त्याकडे दुर्लक्ष करीत, आपल्याला उपचार मिळतायत ह्यावरच कृष्णवर्णीय खूष असत!

हेन्रीएटा गोरी असती, तर तिला मिळालेले उपचार काही वेगळे असते का? ते समजण्याचा कोणताही मार्ग आज उपलब्ध नाही. पण हॉवर्ड जोन्स ह्यांच्या मते, कोणत्याही गोऱ्या पेशंटला ह्या आजारासाठी जे उपचार दिले गेले असते, आधी बायोप्सी आणि मग रेडीएशन, तेच हेन्रीएटाला दिले गेले. पण ह्याबाबत झालेले अनेक अभ्यास असे सांगतात की, कृष्णवर्णीय रुग्णांना आजाराच्या प्रगत टप्प्यावर हॉस्पिटलमध्ये भरती केले जात असे, पण भरती केल्यावर त्यांना वेदनाशामक औषधे फार कमी प्रमाणात दिली जात असल्याने त्यांच्या मृत्यूचे प्रमाण अधिक होते.

हेन्रीएटाच्या बाबतीत तिच्या वैद्यकीय अहवालावरून दिसते ते काय, तर तिची प्रकृती उत्तम आहे, असे तिला डॉक्टरांनी सांगितल्यावर काही आठवड्यांतच ती पुन्हा 'अस्वस्थते'ची भावना घेऊन हॉस्पिटलमध्ये गेली. ह्यावेळी तिच्या पोटात दोन्ही बाजूला वेदना होत असल्याची तिची तक्रार होती. पण त्या वेळीसुद्धा हॉस्पिटलमध्ये डॉक्टरांनी केलेली नोंद अशीच आहे : 'कॅन्सरचा पुन्हा प्रादुर्भाव झाल्याची कोणतीही लक्षणे नाहीत. डॉक्टरांची पुढील भेट एक महिन्यानंतर.'

त्यानंतर अडीच आठवड्यांतच हेन्रीएटाच्या ओटीपोटात वेदना सुरू होऊन तिला लघवी करणे अशक्य झाले. या वेदना इतक्या तीव्र होत्या की, तिला एक पाऊलसुद्धा उचलता येत नव्हते. ती पुन्हा हॉस्पिटलमध्ये गेली, तेव्हा एका डॉक्टरने तिच्या मूत्राशयात एक कॅथेटर टाकून तिला घरी परत पाठवून दिले. तीनच दिवसांनी ती पुन्हा तशीच तीव्र पोटदुखीची तक्रार घेऊन गेली, तेव्हा त्या वेळी कामावर असलेल्या एका डॉक्टरने तिला जिथे ओटीपोटात वेदना होत होत्या तिथे दाबून बघितल्यावर 'दगडासारखा कडक गोळा' त्याच्या हाताला लागला. तो गोळा माकडहाडाच्या पृष्ठभागाला चिकटलेला असल्याने मूत्राशयाच्या मार्गात अडथळे येत असल्याचे एक्स रेमध्ये दिसत होते. मग त्या डॉक्टरने डॉ. जोन्स आणि हेन्रीएटावर उपचार करीत असलेल्या अन्य डॉक्टरांना बोलावले. त्यांनी तिला तपासले आणि एक्स रे बघून एकमुखाने एकच निदान जाहीर केले, तो गोळा शस्त्रक्रिया करण्याच्या शक्यतेच्या पलीकडे, Inoperable, होता! अवघ्या काही आठवड्यांपूर्वी जी पेशंट 'उत्तम' शारीरिक अवस्थेत असल्याचे डॉक्टरने

नोंदवले आहे, त्याच पेशंटविषयी पुढील नोंद झाली, 'पेशंट दुर्धर आजाराने आणि तीव्र वेदनांनी ग्रस्त...'

हेन्रीएटाच्या मृत्यूनंतर तिच्या बहिणीने – सॅडीने तिच्या त्यावेळी झपाट्याने खालावत चाललेल्या प्रकृतीविषयी बोलतांना म्हटले होते, "हेन्री कधीच खचली नाही. त्यामुळे तिचे शरीर, तिचे वावरणे ह्यात कधीच आजार दिसला नाही. कॅन्सरने आजारी असलेली काही माणसे अंथरुणात पडून राहतात, खंगलेली दिसतात, पण हेन्री? आजारपण फक्त तिच्या डोळ्यात दिसत होते. तिचे डोळे सांगत होते, ती अधिक जगणार नव्हती ते..." तोपर्यंत सॅडी, मार्गारिट आणि हेन्रीएटाचा नवरा डे हे तीन कुटुंबीय वगळता ती आजारी असल्याचे कोणालाही ठाऊक नव्हते. पण एका घटनेनंतर एकदमच सगळ्यांना ती बातमी समजली! ही घटना घडली, तेव्हा डे आणि हेन्रीएटाचे चुलतभाऊ आपली कारखान्यातील पाळी संपवून घरी परत येत होते. त्यांना घरापासून खूप दूरवर हेन्रीएटाचे विव्हळणे ऐकू आले. पोटात होणाऱ्या वेदना असह्य होऊन ती अक्षरशः गुरासारखी मोठ्याने विव्हळत होती. डे तिला एक्स रे काढण्यासाठी हॉपकिन्समध्ये घेऊन गेला, तेव्हा त्या दगडासारख्या कठीण गाठीने तिच्या ओटीपोटात आक्रमण केल्याचे स्पष्ट दिसत होते. गर्भाशय, दोन्ही मूत्रपिंडे आणि मूत्राशय प्रत्येकावर भल्या मोठ्या गाठी दिसत होत्या. तिची प्रकृती ठीक असल्याची नोंद डॉक्टरांनी करून तेव्हा फक्त एक महिना उलटला होता. एकूण आजाराच्या आक्रमणाचा वेग बघता ह्याची निष्पत्ती फारशी आशादायक नसल्याचे आता डॉक्टर म्हणू लागले आणि वेदनांपासून तिची कशी सुटका करता येईल, एवढ्याचसाठी फक्त प्रयत्न सुरू झाले

घरापासून गाडीपर्यंत चालणेसुद्धा जेव्हा हेन्रीएटाला अशक्य होऊ लागले, तेव्हा डे किंवा तिचा एखादा चुलतभाऊ ह्यापैकी कोणीतरी तिला रोज रेडिएशन साठी हॉस्पिटलमध्ये घेऊन जाऊ लागले. तिचा मृत्यू रोज पावला-पावलाने जवळ येतोय, ह्याची त्यांना अजिबात कल्पना नव्हती. डॉक्टर तिला बरे करण्याचा प्रयत्न करतायत, असाच त्यांचा समज होता. प्रत्येक दिवशी डॉक्टर तिचा रेडिएशनचा डोस वाढवत होते, एकाच आशेने, तिच्या ट्युमरचा आकार कमी होऊन तिची वेदनेतून सुटका होईल! पण दर दिवशी तिच्या ओटीपोटावरची त्वचा अधिकाधिक भाजून काळी होत होती आणि अंगावर कोसळणाऱ्या वेदनेच्या लाटा आता अधिक उग्र होऊ लागल्या होत्या.

८ ऑगस्टला तिच्या वाढदिवसानंतर जेमतेम एक आठवड्याने हेन्रीएटा उपचारांसाठी हॉपकिन्समध्ये आली ती हॉस्पिटलमध्ये रात्री थांबण्याचा हट्ट घेऊनच.

डॉक्टरांनी त्या दिवशी केलेल्या नोंदीत लिहिले आहे, ‘पोटात होणाऱ्या वेदनांबद्दल पेशंट इतक्या कडवटपणे बोलतेय की, त्या तिच्या सहनशक्तीच्या पलीकडे असाव्या. ती खूप लांबून आली असावी, त्यामुळे तिला हॉस्पिटलमध्ये ठेवल्यास तिची अधिक चांगली काळजी घेता येईल असे वाटते.’

हेन्रीएटाला हॉस्पिटलमध्ये दाखल करून घेतल्यावर एका नर्सने तिचे रक्त तपासणीसाठी घेतले आणि त्यावर ‘कृष्णवर्णीय’ असे लेबल लावून ते तपासणीसाठी पाठवून दिले. तिच्या गर्भाशयमुखाच्या आणखी काही पेशी काढून घेण्यासाठी एका डॉक्टरने हेन्रीएटाची दोन्ही पावले वेगवेगळ्या कड्यांमध्ये अडकवली. नव्याने काढलेल्या पेशी पहिल्या पेशींइतक्याच वेगाने वाढतात का, हे बघण्यासाठी जॉर्ज गेला ह्या पेशी हव्या होत्या. पण तिच्या मूत्राशयावर वाढत असलेल्या गाठीमुळे लघवी तुंबून राहत असल्याने तिच्या शरीरातील विषारी घटक बाहेर पडत नाहीत, असे आढळले. ह्या पेशी परीक्षानळीतील द्रावणात टाकताच मेल्या.

हेन्रीएटा हॉस्पिटलमध्ये असताना पहिले काही दिवस डेबरोबर मुलेपण तिला भेटायला येत होती, पण मुले निघून जाताच उदास होऊन हेन्रीएटा कित्येक तास रडत असे. मुलांच्या भेटीने उत्साही होणाऱ्या हेन्रीएटाला नंतर येणारे कमालीचे नैराश्य आणि दुःख बघून अखेरीस हॉस्पिटलमधील नर्सने डेला मुलांना न आणण्याची विनंती केली. आता डे रोज मुलांना ठरावीक वेळी हॉस्पिटलमध्ये घेऊन येत असे, आपली ब्यूक गाडी हॉपकिन्सच्या मागे लावीत असे आणि हेन्रीएटाच्या खोलीच्या बरोबर खाली असलेल्या वूल्फ स्ट्रीटवर असलेल्या हिरवळीच्या छोट्याशा चौकोनात बसून मुलांशी गप्पा मारीत असे. ती ठरलेली वेळ होताच हेन्रीएटा आपल्या खोलीच्या खिडकीपाशी येऊन खिडकीच्या काचेला आपले हात आणि चेहरा टेकून खाली हिरवळीवर खेळणाऱ्या मुलांकडे बघत असे. ते बघता-बघता तिचे डोळे भरून येत आणि मग खालचे काही दिसेनासे होत असे. मात्र पाण्याने भरलेले डोळे पुन्हा-पुन्हा पुसत ती कितीतरी वेळ खाली बघत राही... पण हळू-हळू तिला तेही झेपेनासे होऊ लागले. पलंगावरून उठून खिडकीजवळ जाण्याइतके त्राणसुद्धा तिच्यामध्ये राहिले नाही.

तिच्या वेदना कमी करण्यासाठी डॉक्टर अखंड प्रयत्न करीत होते. एक औषध वेदना शमवण्याचे काम करेनासे झाले की दुसरे अधिक तीव्र औषध आणि त्यानंतर गुंगी आणणारे मॉर्फीन देण्याचा प्रयोग त्यांनी केला. पण हा प्रयोगसुद्धा फार दिवस उपयोगी पडला नाही. अखेरीस एका डॉक्टरने तिच्या मणक्यात शुद्ध अल्कोहोलचे इंजेक्शन दिले; पण तोही प्रयोग फारसा यशस्वी झाला नाही, अशी

नोंद आहे. आता जवळ-जवळ रोज एक नवी गाठ तिच्या शरीरात आढळू लागली होती.

सप्टेंबर महिना उजाडला, तेव्हा कॅन्सरच्या गाठी हेन्रीएटाच्या पूर्ण शरीरात आपली वसाहत भराभर वाढवत चालल्या होत्या. फुफ्फुसे, मूत्राशय, कानाचे पडदे जिथे म्हणून आक्रमण करणे शक्य होते, तिथे त्या आपले हातपाय पसरत होत्या. ह्या गाठींनी तिच्या आतड्यावर आक्रमण केल्यामुळे तिचे पोट एखाद्या सहा महिने पूर्ण झालेल्या गर्भवती स्त्रीच्या पोटासारखे फुगले होते. घातक, विषारी द्रव्यांना चाळणी लावण्याचे जे काम मूत्रपिंडे करतात, ते करण्याइतकी तिची मूत्रपिंडे कार्यक्षम न राहिल्याने तिच्या शरीरातील रक्त वारंवार बदलण्यात आले. अखेरीस 'जोपर्यंत रक्तपेढीतील तिची थकबाकी जमा होत नाही, तोपर्यंत तिला नव्याने रक्त देऊ नये' अशी सूचना एक डॉक्टरांनी तिच्या फाईलमध्ये लिहून ठेवली होती.

हेन्रीएटा आजारी आहे आणि तिला रक्ताची गरज आहे, अशी बातमी तिचा एक चुलतभाऊ एमेट लॅक्स ह्याला समजताच हातातील काम अर्धवट सोडून तो आपल्या भावाकडे – डेकडे धावला. स्पॅरो पॉइंटमध्ये काम करणाऱ्या एमेट सारख्या कितीतरी कामगारांनी हेन्रीएटाने बनवलेली स्पाघेटी खाल्ली होती आणि कित्येकदा ते तिच्या घरी हक्काने विश्रांतीसाठी गेले होते. बाल्टिमोरमध्ये नव्याने आलेल्या कामगारांना त्या गावाची आणि तेथील रस्त्यांची ओळख होईपर्यंत हेन्रीएटा त्यांच्याबरोबर कंपनीपर्यंत जात असे आणि कधी महिन्याच्या अखेरीस खिसा रिकामा असेल, तर मदतीचा हात पुढे करीत असे. त्यांचे पगार सुरू होईपर्यंत त्यांची उपासमार होऊ नये म्हणून डेबरोबर भरपूर जेवण असलेला डबा पाठवत असे. ती त्यांच्या बायका किंवा गर्लफ्रेंडवरून त्यांची थट्टा करीत असे आणि एखाद्याला चांगली बायको मिळावी ह्यासाठी खटपटपण करीत असे. एमेट नव्याने या गावात दाखल झाला, तेव्हा कित्येक महिने हेन्रीएटाच्या घरी मुक्कामी होता. अगदी एवढ्यातच तो त्याच्या स्वत:च्या घरात राहायला गेला होता.

त्याची आणि हेन्रीएटाची शेवटची भेट झाली, ती ते दोघे एकत्र एल्सीला बघायला गेले तेव्हा. क्राऊन्स विलेमधील त्या हॉस्पिटलमध्ये काटेरी तारांच्या कुंपणापलीकडे एक विटांची बराक होती. त्याच्या बाहेरच्या छोट्या अंगणात एल्सी झोपली होती. हेन्रीएटा येत असल्याचे बघताच ती एखाद्या पक्ष्यासारखे चित्कार करू लागली. हेन्रीएटाने धावत जाऊन तिला आपल्या मिठीत घेतले आणि तिच्या मोठाल्या डोळ्यात बघत ती एमेटला म्हणाली, ''ती बरी होतीय,

असे दिसतेय नाही. नाही?'' ''खरंच, ती छान स्वच्छ आणि नीटनेटकी दिसतेय...'' त्याने उत्तर दिले. खूप वेळ ते दोघे तिच्याबरोबर शांतपणे, काही न बोलता बसून राहिले. एल्सीला त्या परिस्थितीत बघून हेन्रीएटा खूप निवांत झाली. ही आपली एल्सीची अखेरचीच भेट असल्याची जाणीव हेन्रीएटाला कदाचित खोलवर कुठेतरी झाली असावी. हा निरोपाचा क्षण असल्याचे तिच्या एकूण देहबोलीवरून एमेटलापण जाणवत होते. पण निरोपाच्या ह्या अवघड, व्याकूळ करणाऱ्या क्षणानंतर एल्सीला तिच्या कुटुंबातील कोणीही, कधीच भेटायला येणार नाही, हे भविष्य मात्र हेन्रीएटाला ठाऊक नव्हते!

या भेटीनंतर काही महिन्यांतच हेन्रीएटाला रक्ताची गरज असल्याचा निरोप एमेटला मिळताच तो, त्याचा भाऊ आणि सहा मित्र एका ट्रकमध्ये बसून थेट हॉपकिन्समध्ये दाखल झाले. एक नर्स त्यांना कृष्णवर्णीयांच्या वॉर्डमध्ये घेऊन गेली. पलंगावर दिसणारी व्यक्ती हेन्रीएटाच आहे, ह्यावर विश्वास बसू नये, इतकी ती दुबळी दिसत होती. एकेकाळी १४० पौंडांपेक्षा अधिक वजन असलेली हेन्रीएटा आता १०० पौंड पण उरली नव्हती. सॅडी आणि हेन्रीएटाची बहीण ग्लाडी तिच्या शेजारी बसल्या होत्या. जागरणाने आणि कदाचित खूप रडल्यामुळे त्यांचे डोळे चांगलेच सुजले होते. हेन्रीएटाच्या आजारपणाची बातमी समजताच ग्लाडी क्लोव्हरहून बाल्टिमोरला आली होती. वॉर्डमध्ये आलेल्या त्या आठ तगड्या पुरुषांकडे कोपऱ्यात उभी असलेली एक नर्स कुतुहलाने बघत होती. हेन्रीएटाने आपला हात हलवण्याचा प्रयत्न करताच तिच्या मनगटाला आणि घोट्याला बांधलेले पट्टे एमेटला दिसले. ''तू इथे काय करतोयस?'' कण्हत हेन्रीएटाने विचारले. ''आम्ही सगळे तुला बरे करण्यासाठी आलो आहोत.'' एमेट म्हणाला. हेन्रीएटाने मूकपणे मान वळवली. पण काही क्षणांतच एकाएकी तिचे शरीर एकदम कडक झाले आणि ती विव्हळू लागली. वेदनेने विव्हळत शरीराला झटके देत असलेली हेन्रीएटा पलंगावरून खाली पडू नये ह्यासाठी एक नर्स धावत आली आणि तिने हेन्रीएटाच्या हाताला आणि पायाला बांधलेले पट्टे अधिक घट्ट केले. विव्हळत असताना तिची जीभ तिच्याच दाताखाली येऊ नये म्हणून ग्लाडीने तिच्या तोंडात उशी सरकवली. नर्सने त्या आठही पुरुषांना खोलीच्या बाहेर नेत कृष्णवर्णीय लोकांसाठी रक्तदान करण्याची सोय असलेली खोली दाखवली. खोलीतून बाहेर पडताना पुन्हा एकदा हेन्रीएटाकडे वळून बघताना एमेटची पावले कमालीची जड झाली होती. त्याच्या लेखी 'कमालीची सुंदर आणि गोड असलेल्या' हेन्रीएटाची आपली ही अखेरीची भेट असेल? 'हे शरीर सोडून चल' असे तिला तिच्या वेदना सुचवत असतील? म्हणून तिची एवढी धडपड सुरू असेल?

खोलीच्या बाहेर पडत असताना त्याच्या मनात ह्या विचारांनी आणि डोळ्यात अश्रूंनी दाटी केली होती.

एमेट आणि त्याचे मित्र परत गेल्यावर त्याच दिवशी २४ सप्टेंबर १९५१ रोजी दुपारी चार वाजता नर्सने येऊन हेन्रीएटाला मॉर्फिनचा एक मोठा डोस इंजेक्शनवाटे दिला आणि शेजारी असलेल्या तक्त्यात लिहिले, 'वेदनाशामके वगळता अन्य सर्व औषधे बंद केली.' दोन दिवसांनी हेन्रीएटा भीतीने ओरडत उठली; तेव्हा तिला ती कुठे आहे आणि डॉक्टर तिला कशासाठी उपचार देतायत, हे आठवत नव्हते. ती पूर्ण भ्रमात होती. काही क्षण तिला स्वत:चे नावसुद्धा आठवत नव्हते. मग ग्लाडीकडे वळून बघत ती म्हणाली, "डे माझ्या मुलांची नीट काळजी घेईल असे बघ गं...विशेषत: जोसेफची अन् डेबोराची..." हे ऐकताना ग्लाडीच्या डोळ्यातून अखंड अश्रू वहात होते. हेन्रीएटा हॉस्पिटलमध्ये दाखल झाली, तेव्हा डेबोरा अवघी एक वर्षाची होती. स्वत: शिवलेले ऐटबाज फ्रॉक घालून आणि केसांचा छानसा बो बांधून तिला नटवण्याची हेन्रीएटाची इच्छा होती. शिवाय नखे कशी रंगवायची, केस कसे कुरळे करायचे आणि नको त्या पुरुषांना कसे दूर ठेवायचे हे सगळे काही तिला शिकवायचे होते... आता ते सगळे राहून जाणार होते... मी गेल्यावर एल्सी आणि डेबोरा ह्या माझ्या मुलींची काळजी कोण घेईल? आणि डेचा रोजचा डबा, घराची साफसफाई, डेबरोबर रंगणारे नृत्य... त्या भ्रमात असतानासुद्धा हेन्रीएटाला जाणवले, किती किती गोष्टींचे हात हातातून सुटत चालले होते...

क्लोव्हरला त्याच संध्याकाळी परत गेलेल्या ग्लाडीने रात्री डेला फोन केला आणि ती म्हणाली, "हेन्रीएटा उद्याचा दिवस बघेल, असं वाटत नाही... तू मुलांची नीट काळजी घ्यावी, अशी तिची इच्छा आहे. तिचा हा निरोप मी तुला देईन, असा शब्द मी तिला दिलाय.. मुलांना काहीही होणार नाही असं बघ..."

४ ऑक्टोबर १९५१ रोजी रात्री सव्वाबारा वाजता हेन्रीएटाने अखेरचा श्वास घेतला.

◆

हेन्रीएटाच्या मृत्युपूर्वी तिची आणि तिच्या पेशी परीक्षानळीत वाढवून जगभर पाठवणारा जॉर्ज गे ह्यांची भेट झाली का? तो तिला तिच्या अमर होऊ बघणाऱ्या पेशींविषयी काही बोलला का? तसा कोणताही ठोस उल्लेख आढळत नाही. अपवाद फक्त एकच, जॉर्ज गेचा एक सहकारी लॉरे ऑरेलीन ह्याचा. 'तुझ्या पेशी तुला अमरत्व प्राप्त करून देतील – असे हेन्रीएटाच्या

पलंगावर वाकून जॉर्ज गे तिला सांगितल्याचे मी बघितले आहे आणि ते दृश्य मी कधीच विसरणार नाही!' असे लॉरे छातीठोकपणे सांगतो. आपल्या अमर्त्य पेशी अगणित माणसांच्या आयुष्यातील वेदना कमी करण्यासाठी मदत करणार आहेत, हे गेकडून ऐकल्यावर हेन्रीएटाच्या चेहऱ्यावर कसे अतीव समाधानाचे स्मित आले, हेही तो पुढे सांगतो. पण हा अपवाद वगळता ह्या भेटीचा उल्लेख कोठेही आढळत नाही.

◆

हेन्रीएटाच्या मृत्यूची बातमी काही क्षणांतच गेच्या प्रयोगशाळेत पोचली. तिचा मृतदेह कृष्णवर्णीय लोकांसाठी राखून ठेवलेल्या शीतपेटीत जात असताना हेन्रीएटाचे शवविच्छेदन करण्याची विनंती गेने तिच्यावर उपचार करणाऱ्या डॉक्टरांना केली. हेन्रीएटाच्या पेशींसारख्या अमर्त्य पेशींचे संग्रहालय उभे करण्याचा प्रयत्न जगभरातील पेशीसंशोधक करीत असताना गेला हेन्रीएटाच्या शरीरातील शक्य तेवढ्या अवयवांचे नमुने हवे होते, त्या पेशीपण हेला पेशींसारख्याच वाढतात का ते तपासण्यासाठी. पण तिचा मृत्यू झाल्यामुळे त्यासाठी आता तिच्या पतीची संमती घेणे आवश्यक होते.

४ ऑक्टोबर १९५१ रोजी रात्री सव्वाबारा वाजता हेन्रीएटाने अखेरचा श्वास घेतला

हॉपकिन्समधून हेन्रीएटाच्या निधनाची बातमी देणारा फोन डेला आला आणि फोनवर बोलणाऱ्या डॉक्टरने तिचे शवविच्छेदन करण्याची परवानगी डेकडे मागितली, तेव्हा डेने त्याला साफ नकार दिला. काही तासांनंतर मृतदेह ताब्यात घेण्यासाठी डे आणि त्याची भावंडे गेली, तेव्हा तिथल्या डॉक्टरांनी पुन्हा ही परवानगी मागितली. तिच्यावर ज्या चाचण्या केल्या जाणार होत्या, त्यामुळे भविष्यकाळात मुलांना खूप मदत होईल, असे ह्या डॉक्टरांचे म्हणणे होते. त्यामुळे तिच्या देहाची काही विटंबना होणार नाही, असे डेच्या भावंडांनी त्याला सांगितले. अखेरीस डेने त्याला मान्यता देत त्या अर्जावर सही केली. मग हेन्रीएटाचा मृतदेह शवागारातील स्टीलच्या टेबलवर घेण्यात आला. हेन्रीएटाच्या मृतदेहातून तिच्या अवयवांच्या पेशी काढून घेण्याचे काम गेने त्याची सहाय्यक मेरीवर सोपवले होते. शवागारात जाण्याच्या निव्वळ कल्पनेनेच बाहेर उभ्या असलेल्या मेरीच्या श्वासाचा वेग वाढला. आपल्याला चक्कर येईल, अशी तिला भीती वाटत होती. तिने आजवर कधीच मृतदेह बघितला नव्हता. पेट्री डिशेसची चळत घेऊन थरथरत्या पायांनीच ती हेन्रीएटाच्या मृतदेहाजवळ गेली. पॅथॉलॉजिस्ट डॉ. विल्बुर जवळच उभे होते. 'तू कोणताही वेडेपणा न करता हे काम चांगल्या तऱ्हेने पार पाडणार आहेस' असे स्वत:लाच बजावत मेरी टेबलाकडे गेली. अंत्यसंस्काराच्या वेळी हेन्रीएटा विद्रूप दिसू नये, असा डेचा आग्रह होता; त्यामुळे त्याने अंशत: शवविच्छेदन करण्यास संमती दिली होती. मेरीने एकेक पेट्री डिश काढून नमुने घ्यायला सुरुवात केली. मूत्रपिंड, आतडे, योनीमार्ग, बीजांडकोश, यकृत, हृदय, फुफ्फुसे... डॉ. विल्बुर नमुने काढून देत होते. प्रत्येक नमुना पेट्री डिशमध्ये ठेवल्यावर गाठींनी पूर्ण भरलेल्या गर्भाशयमुखाच्या काही पेशी काढून त्या जीवरक्षक द्रावण भरलेल्या परीक्षानळीत टाकत होते, भविष्यात त्याचा वापर करता यावा ह्यासाठी. तिच्या मृत्यूचे अधिकृत कारण होते, टोकाचा, बरा न होणारा युरेमिया. लघवीवाटे शरीराबाहेर जाणारे घातक घटक शरीराच्या बाहेर न पडल्याने रक्त विषाक्त होऊन मृत्यू येणे. कॅन्सरच्या गाठींनी तिचा मूत्रमार्ग पूर्णपणे व्यापून टाकल्यामुळे डॉक्टरांना तिच्या मूत्राशयात नळी, टाकणेसुद्धा अशक्य झाले होते. बेसबॉलच्या आकाराच्या कॅन्सरच्या गाठींनी तिची मूत्रपिंडे, बीजांडकोश आणि गर्भाशयावर आक्रमण केले होते. आणि एवढे पुरेसे नाही म्हणून की काय, अन्य अवयवांवर अनेक लहान-लहान पांढऱ्या गाठी दिसत होत्या.

डॉ. विल्बुर हेन्रीएटाचे ओटीपोट शिवत असताना बाजूला उभी असलेली मेरी

हे सगळे संपण्याची वाट बघत होती. त्या क्षणी तिला तिथून पळून जावेसे वाटत होते, पण ते शक्य नसल्याने ती समोर असलेल्या हेन्रीएटाच्या निर्जीव हाता-पायांकडे बघत होती. तिच्या निर्जीव डोळ्यांकडे बघण्याची मेरीची हिंमत नव्हती म्हणून... अकस्मात तिची दृष्टी हेन्रीएटाच्या पावलांकडे गेली आणि ती चमकलीच, तिची नखे लालचुटुक रंगाने रंगवलेली होती... 'तिची ती छानशी रंगवलेली नखं मी बघितली आणि काही क्षण मला चक्कर आली... मनात आलं, जीझस, कालपर्यंत ती एक खरीखुरी, जिवंत व्यक्ती होती... आपल्या घराच्या अंगणात बसून एकाग्रतेने आपल्या नखांना नेलपॉलीश लावणारी एक तरुण स्त्री... म्हणजे जिच्या शरीरातील पेशी काढून आपण प्रयोगशाळेत काम करीत होतो, वाढणाऱ्या पेशी जगभर पाठवत होतो, त्या एका जिवंत स्त्रीच्या होत्या ... कधी विचारच केला नाही आपण त्याचा...' मेरी स्वत:शी बोलत होती...

काही दिवसांतच हेन्रीएटाचा मृतदेह रेल्वेमधून बाल्टिमोरहून तिच्या आवडत्या क्लोव्हरला निघाला. एरवी कमालीच्या उत्साहाने क्लोव्हरकडे जाणाऱ्या वळणा-वळणाच्या रस्त्याकडे बघत तिथल्या मुक्कामातील बेत आखणारी हेन्रीएटा आज लाकडाच्या पेटीतून तिच्या लाडक्या गावाला निघाली होती. गाडी क्लोव्हरमध्ये आली, तेव्हा तिथे मुसळधार पाऊस सुरू होता. त्या पावसातच हेन्रीएटाची शवपेटी रेल्वेच्या डब्यातून उतरवून एका जुनाट ट्रकच्या मागच्या भागात ठेवली गेली आणि ट्रक डाऊनटाऊनकडे निघाला. ट्रक लॅक्स टाऊनमध्ये शिरताच हेन्रीएटाची चुलतभावंडे त्या ट्रकच्या मागे निघाली. सगळ्यांच्याच चेहऱ्यावर तिच्या अकाली मृत्यूचा धक्का जसा दिसत होता, तसे दु:खही दिसत होते. जवळपासच्या घरांमधून 'आमेन'चे आवाज ऐकू येत होते. ट्रक तिच्या घराच्या वाटेने निघाला. घराच्या मोडकळीला आलेल्या पायऱ्यांवर बसलेल्या ग्लाडी आणि सॅडी सुन्नपणे लाल मातीची धूळ उडवत घराच्या दिशेने येणाऱ्या ट्रककडे बघत होत्या. एक लांब गुलाबी रंगाचा गाऊन त्यांच्या मांडीवर ठेवलेला होता आणि जवळच्या एका बास्केटमध्ये मेकअपचे साहित्य, केस कुरळे करणारे रंग, लालचुटूक नेलपॉलीश असे हेन्रीएटाला एरवी प्रिय असणारे सामान होते.

चिंब भिजलेले फ्रेड आणि क्लीफ घराच्या मागच्या बाजूला असलेल्या दफनभूमीत हेन्रीएटाच्या दफनासाठी योग्य जागा शोधत होते. सकाळपासून ते फक्त तेवढेच काम करीत होते. कुठेही टिकाव मारला की, काही क्षणातच जमिनीत पुरलेल्या एखाद्या शवपेटीवर तो टिकाव जाऊन पडायचा, मग दुसरी जागा, पुन्हा तेच... त्या दफनभूमीत पुरलेल्या अनेक अज्ञात पूर्वजांच्याबरोबर चिरविश्रांती घेण्यासाठी

हेन्रीएटाला जागा मिळणार की नाही? असा विचार करीत असतानाच हेन्रीएटाच्या आईच्या शवपेटीशेजारीच त्यांना मोकळी जागा मिळाली. ट्रक आल्याची चाहूल त्या दोघांना लागताच हेन्रीएटाची शवपेटी उतरवण्यासाठी मदत करायला ते अंगणाकडे निघाले. त्यांनी ती शवपेटी घरात आणून उघडताच सॅडीला एक मोठा हुंदका फुटला आणि वातावरण एकदम गदगदून गेले... हेन्रीएटाचे निष्प्राण शरीर बघणे तर सॅडीसाठी असह्य होतेच, पण त्यापेक्षासुद्धा त्रासदायक होते ते तिची पायाची रंग उडालेली नखे बघणे...! अशी नेलपॉलीश नसलेली नखे ठेवण्यापेक्षा तिने मरण पत्करले असते...

त्यानंतर काही दिवस तिचा मृतदेह घराच्या पुढच्या खोलीत अंत्यदर्शनासाठी ठेवण्यात आला आणि खोलीत पुरेसा गारवा राहावा म्हणून सगळे दरवाजे उघडे ठेवण्यात आले. दूरचे आप्त आणि शेजारी-पाजारी दर्शनासाठी येऊ लागले, पण पाऊस सोबतीला घेऊनच. हेन्रीएटाचे शव त्या खोलीत असेपर्यंतच नाही तर तिच्यावर अंत्यसंस्कार होईपर्यंत ह्या पावसाने तिची आणि तिच्या कुटुंबाची पाठ सोडली नाही. किंबहुना हेन्रीएटाच्या अंत्यसंस्कारप्रसंगी कोणी भाषण केले आणि काय झाले, हे हेन्रीएटाच्या भावंडांना काहीच नीटसे आठवत नाही, एकच गोष्ट प्रकर्षाने आठवते, ती म्हणजे त्या दिवशी झालेला जीवघेणा राक्षसी पाऊस! दोन वर्षांची डेबोरा, वर्षभराचा जो, चार वर्षांचा सोनी आणि सर्वांत मोठा सोळा वर्षांचा लॉरेन्स ह्या आपल्या चार मुलांना घेऊन चिखल तुडवत डे दफनभूमीत ठेवलेल्या हेन्रीएटाच्या शवपेटीपर्यंत आला. हेन्रीएटाचा जीव ज्या एल्सीमध्ये गुंतला होता, ती एल्सी मात्र त्यावेळी नव्हती. आणि आपल्या आईचा मृत्यू झालाय, ह्याची तिला खबरबात सुद्धा नव्हती! क्लिफ आणि फ्रेडने हेन्रीएटाचे शव तिच्यासाठी खणलेल्या खड्ड्यात ठेवून त्यावर माती लोटायला सुरुवात करताच आकाश एकदम अंधारून आले आणि धुंवाधार पाऊस सुरू झाला. पाठोपाठ आकाशात एक भली थोरली वीज कडाडली. प्रकाशाची एक वेडीवाकडी प्रखर रेषा काळ्याकुट्ट आकाशात चमकून गेली. तो आवाज एवढा भयावह गडगडाटी होता की, तिथे असलेली छोटी मुले किंचाळत रडू लागली. पाठोपाठ सोसाट्याचा तुफान वारा सुटला. ह्या वाऱ्याचा वेग एवढा होता की, दफनभूमीच्या पलीकडे असलेल्या गुदामावरील पत्रा त्या वेगाने उडाला आणि हेन्रीएटाच्या शवावरून उडत पलीकडे जाऊन वेडावाकडा होत खाली पडला. चंदेरी पंख असलेला एखादा भला मोठा पक्षी पंख हलवत उडत जावा, तसे ते दृश्य होते. काही क्षणांतच त्या सोसाट्याच्या वाऱ्यामुळे पलीकडे असलेल्या तंबाखूच्या शेतात आग लागली. एक उंच, जुने झाड मुळासकट उन्मळून पडत धाड्कन कोसळले आणि एकदम वीज जाऊन सर्वत्र

भस्सकन अंधार पसरला! ह्याच वाऱ्याने एका छोट्या टपरीवजा लाकडी खोपटात काहीबाही विकणाऱ्या हेन्रीएटाच्या एका दूरच्या भावाची ती टपरी मुळासकट उखडली. केवळ टपरीच नाही तर त्या भावालाही उखडून हवेत भिरकावले आणि त्याचा बळी घेतला!

खूप वर्षांनंतर हेन्रीएटाच्या चुलतभावाला – पीटरला त्या घटनेची आठवण आली, तेव्हा तो म्हणाला, ''हेन्री अशी गुळमुळीत वागणारी-बोलणारी नव्हती, त्या भयानक वादळाच्या माध्यमातून तीच काहीतरी सांगू बघत होती... पण आम्हाला कोणालाच ते समजले नाही...''

□□

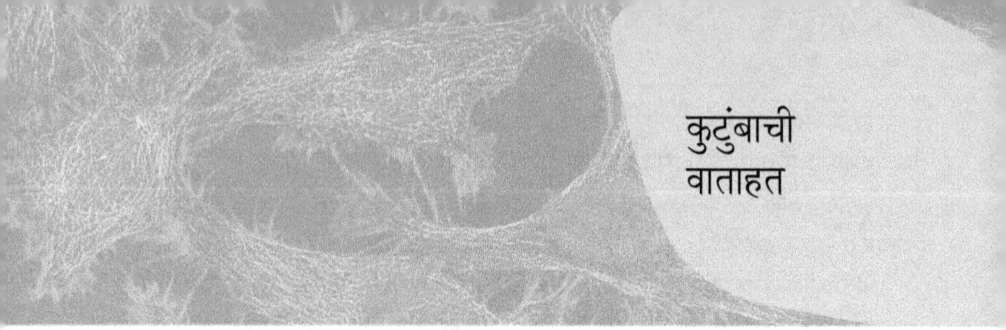

कुटुंबाची वाताहत

हेन्रीएटावर अंत्यसंस्कार झाल्यावर डेच्या मुलांची काळजी घ्यायला, स्वयंपाक करायला आणि घरात मदत करायला क्लोव्हर आणि टर्नर स्टेशनहून नातलगांचा ओघच हेन्रीएटाच्या घरी सुरु झाला. एकावेळी डझनाच्या संख्येने येणारे हे नातलग आपल्याबरोबर आपली मुले, नातवंडे, पतवंडे, भाचरे, पुतणे असे भलेमोठे लटांबर घेऊन येत. त्यापैकीच एखाद्या नातलगाने आपल्याबरोबर क्षयाची लागणसुद्धा आणली असावी; कारण हेन्रीएटाच्या निधनाला जेमतेम एक आठवडा होत नाही तोच सोनी, डेबोरा आणि एक वर्षाचा जो ह्या तिघांना क्षयाची लागण झाल्याचे तपासणीतून आढळून आले. उपचार म्हणून डेबोराला भल्या मोठ्या औषधाच्या गोळ्या देऊन डॉक्टरांनी तिला घरी पाठवून दिले, पण जेमतेम एक वर्षाच्या जोला मात्र मृत्यूने जवळपास आपल्या कचाट्यात पकडलेच होते. थुंकीद्वारा रक्त टाकणाऱ्या जोला जवळजवळ एक वर्ष हॉस्पिटलच्या एकांतवासात राहावे लागले. आणि मग कितीतरी महिने त्याची ह्या चुलतभावाकडून त्या चुलतभावाकडे अशी फरफट होत राहिली.

वडील डे त्यावेळी दोन ठिकाणी नोकरी करीत असल्याने आपल्या भावंडांची काळजी घेण्यासाठी वयाने सगळ्यात मोठ्या असलेल्या लॉरेन्सला शाळा सोडून घरी बसावे लागले होते, पण ते त्याला साफ नामंजूर होते. घराबाहेर पडून उनाडक्या करणे विशेषत: क्लबमध्ये जाऊन पूल खेळणे त्याला अत्यंत प्रिय होते. पण तिथे प्रवेश मिळण्यासाठी वयाची अट होती. घरातच जन्माला आलेल्या लॉरेन्सकडे ना जन्माचा दाखला होता, ना वयाचा अन्य कोणता पुरावा. मग त्याने आपले वय खोटेच सांगून तो अठरा वर्षांचा असल्याचे मतदार नोंदकार्ड पैदा केले. ह्या दरम्यान कोरियन युद्धाला तोंड फुटल्याने कॉंग्रेसने लष्करी सेवेत दाखल होण्याचे वय कमी करून ते साडेअठरावर आणले आणि वय वाढवून सांगण्याचा बेत लॉरेन्सच्या अंगाशी आला. कागदोपत्री

अठरा वर्षांचा असलेल्या पण प्रत्यक्षात जेमतेम सोळा वर्षांच्या लॉरेन्सला सैन्यात भरती व्हावे लागले. मग मात्र हेन्रीएटाची बाकीची मुले अक्षरश: उघड्यावर पडली. आता-आतापर्यंत आसपास वावरणारी आई एकदम गेली कुठे – हे सोनी, डेबोरा किंवा जोला कोणी सांगत नव्हते आणि त्याबद्दल विचारण्याची त्यांना भीती वाटत होती. 'मोठी माणसं सांगतील, ते मुकाट्याने ऐका; नाहीतर मार खा!' असा त्या घराचा कायदा असल्याने गप्प बसण्याखेरीज त्या मुलांपुढे पर्याय नव्हता. दुर्दैवाने ह्या काळात आईच्या मृत्यूपेक्षा क्रूर अशी शिक्षा इथेल नावाच्या स्त्रीच्या रूपाने त्यांच्या आयुष्यात आली. ह्या इथेलची अन् हेन्रीएटाची एका डान्स फ्लोअरवर प्रथम गाठ पडली होती. हेन्रीएटाचा कमालीचा तिरस्कार करणारी इथेल हेन्रीएटाच्या मुलांची काळजी घेण्याच्या निमित्ताने तिचा नवरा गॅलनसह डेच्या घरात मुक्कामी आली. ती नेमकी कोणत्या नात्याने त्या घरात आली, ते कोणालाच आठवत नाही. डेबरोबर तिचे संबंध होते, म्हणूनच ती त्या घरात घुसली – असे हेन्रीएटाची काही चुलतभावंडे म्हणत होती; पण एक नक्की, ती घरात आली आणि त्या मुलांचे दुर्दैवाचे दशावतार सुरू झाले. हेन्रीएटाबद्दल तिला वाटणाऱ्या कमालीच्या मत्सराचे रूपांतर तिच्या मुलांबद्दलच्या द्वेषात झाले. मुलांच्या छळाला सकाळपासून प्रारंभ होई. रोज सकाळी उठल्यावर चहा किंवा दूध ह्याच्याऐवजी एखादे थंडगार बिस्कीट मुलांच्या वाट्याला येत असे आणि त्यानंतर त्यांना खायला मिळत असे ते थेट रात्रीच! घरातील कपाटे आणि फ्रीजवर सतत कुलपाचा सक्त पहारा. मुलांनी त्यांच्या प्यायच्या पाण्यात बर्फ टाकायलासुद्धा बंदी, कारण काय, तर बर्फाचे खडे ग्लासवर आपटून त्यांचा आवाज होतो म्हणून! कधी तिचा मूड फारच चांगला असेल आणि मुले फार वाईट नाहीत असे तिला वाटायला लागले, तर एखादे वाईन बिस्कीट किंवा ब्रेडच्या एखाद्या तुकड्यावर साखर आणि पाणी घातलेले व्हिनेगर घालून ते खायला मिळत असे. पण अशी घटना फारच दुर्मीळ. एरवी त्या मुलांचे आयुष्य म्हणजे फक्त अविरत कष्ट. पहाटे उठून स्वयंपाक करायचा, बाजारहाट करायची, मग कपडे धुवून त्यांना इस्त्री करायची – असे बरेच काही! उन्हाळ्यात क्लोव्हरमधील वास्तव्य हे ह्या मुलांसाठी सर्वाधिक शारीरिक शोषण करणारे असायचे. सकाळी उठल्यापासून तंबाखूच्या शेतात तंबाखूची पाने तोडणे हा त्यांच्यासाठी एककलमी कार्यक्रम असे आणि तोही अन्नपाण्याशिवाय. जाळणाऱ्या उन्हात पाण्याचा एक थेंबसुद्धा न मिळता हे काम करावे लागत असे आणि या कामावर इथेल घराच्या खिडकीतून सतत लक्ष ठेवून असे. तिच्या आज्ञेशिवाय काम थांबवणाऱ्या

मुलाला ती बेदम चोपून काढीत असे. एकदा तिने तिच्या हातातील वायरने सोनीला इतक्या वाईट तऱ्हेने मारले की, त्याला हॉस्पिटलमध्ये दाखल करावे लागले.

इथेलच्या रागाचा अतिशय क्रूर आणि कटू अनुभव मिळाला तो लहानग्या जोला. जोबद्दलच्या द्वेषाची लाट येताच जो ज्या परिस्थितीत असे, त्या परिस्थितीत ती त्याला सणकून चोपून काढत असे, तेही तिच्या हातात किंवा जे काही जवळ असेल त्या वस्तूने. कधी बूट, काठी आणि कधी खुर्चीसुद्धा! तळघरात एका कोपऱ्यात भिंतीला नाक लावून एका पायावर त्याला तासन्तास उभे करून ठेवणे, दोराने त्याची गठडी वळून वरच्या मजल्यावरून खालच्या मजल्यापर्यंत त्याला टांगून ठेवणे असे छळाचे विकृत प्रकार तिने शोधून काढले होते. हा छळ बघत राहण्याखेरीज सोनी किंवा डेबोरा काहीच करू शकत नव्हते. त्यांनी एक शब्द जरी उच्चारला, तरी इथेल त्यांना तितक्याच वाईट तऱ्हेने चोपून काढत असे. काही काळानंतर ह्या छळाची जोला जणू सवयच होऊन गेली असावी; कारण काहीही केले, तरी त्याला वेदनाच होत नसत. मख्ख चेहऱ्याने तो हा मार सहन करीत उभा राही, तेव्हा आतून धगधगत असे. ह्या अमानुष छळामुळे त्याचे अशा एका तरुणात रूपांतर झाले; जो संतापाने, सूडाने अखंड पेटलेला होता. हा कुमारवयीन मुलगा आता घराच्या छपरावर पालथे झोपून आपल्या गनमधून

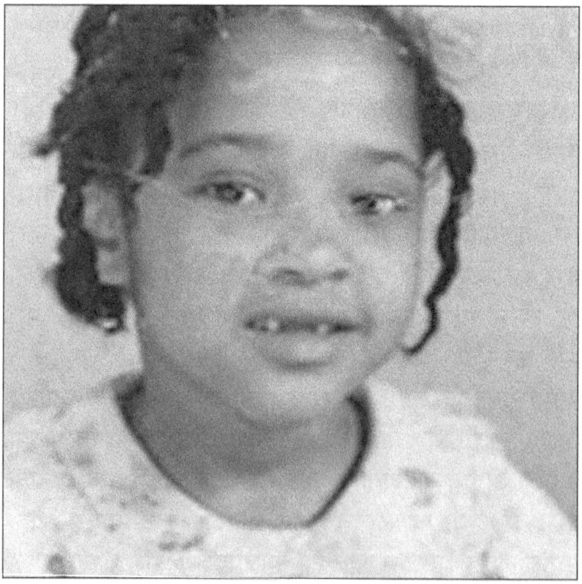

डेबोरा लॅक्स

जाणाऱ्या-येणाऱ्या माणसांवर छर्रे मारू लागला. घरात पोलीस आलेच, तर तो त्यांना निर्विकारपणे सांगत असे, "मोठेपणी मला अव्वल दर्जाचा स्नायपर व्हायचंय!" जोचे हे रूप बघून हेन्रीएटाच्या भावंडांची खात्री पटली, पोटात कॅन्सर असतांना बाळाला जन्म देणाऱ्या हेन्रीएटाच्या आजारपणाचा परिणाम जोच्या मेंदूवर झालाय!

ह्या सगळ्या मुलांची सुटका केली ती लॉरेन्सच्या मैत्रिणीने – बॉबेटने. १९५३ साली लॉरेन्स लष्करातून निवृत्त होऊन घरी आला. तोपर्यंत त्याला आपल्या भावंडांच्या छळाची कल्पना नव्हती. ५९ साली आपली मैत्रीण बॉबेटबरोबर तो नव्या घरात राहायला गेला. इथेलकडून होणाऱ्या छळाच्या गोष्टी तिला समजल्या, तेव्हा तिने त्या दोघांच्या पहिल्या बाळाला जन्म दिला होता. सगळ्या कुटुंबाने एकत्र राहावे, अशी इच्छा असलेल्या बॉबेटने त्यानंतर सोनी, डेबोरा आणि जो ह्यांना आपल्या घरी आणले आणि त्यांना आपल्या मुलांसारखे वाढवले. ह्या नव्या घराने सोनी आणि जो ह्यांची इथेलच्या छळातून सुटका झाली; पण डेबोरा मात्र दुसऱ्या अशा एका तुरुंगात सापडली, ज्याच्याबद्दल तिला कोणाशी बोलतापण येत नव्हते. तो तुरुंग म्हणजे इथेलचा नवरा गॅलन. डेबोरा जिथे कुठे जात असे, तिथे हा तिचा पाठलाग करीत असे. आपल्याशी जवळीक करू बघणाऱ्या, नको तिथे स्पर्श करणाऱ्या ह्या माणसाबद्दल ती वडिलांशी बोलण्याचा सतत प्रयत्न करीत होती; पण तिच्यावर विश्वास ठेवण्यास डे तयार नव्हता. डे करीत असलेल्या दुर्लक्षामुळे गॅलनला आणखी चेव येऊन डेबोरा गाडीत शेजारी बसली असेल, तर तिच्या शर्टमध्ये हात घालण्याइतकी मजल त्याने मारली. एकदा त्याने तिला 'इथेलसाठी सोडा आणायचा आहे' असे सांगून पैसे घेण्यासाठी आपल्या खोलीत बोलावले. डेबोरा खोलीमध्ये गेली, तेव्हा पलंगावर पूर्ण नग्न अवस्थेत पहुडलेला गॅलन तिला आपल्या उशीखालून पैसे काढून घ्यायला सांगत होता. पैसे घेऊन डेबोराने खोलीतून पळ काढला, तेव्हा तो कपडे न घालता तिच्यामागोमाग शिव्या घालत रस्त्यापर्यंत आला. सावज हातातून निसटल्यामुळे भडकलेला गॅलन नंतर कितीतरी वेळ तिला संपवून टाकण्याची धमकी देत होता. हा छळ सोडला, तर एरवी गॅलन तिचे अमाप लाड करीत असे. तिच्यावर भेटवस्तूंचा वर्षाव करीत असे. सुंदर कपडे, चॉकलेट आणि आईसक्रीम असे सगळे लाड तिच्या वाट्याला येत असत. अशा वेळी डेबोराला आपल्या वडिलांपेक्षासुद्धा गॅलन अधिक जवळचा वाटत असे. पण ह्या घटनेनंतर मात्र ती हादरली... "मी कंडोम वापरेन, त्यामुळे तुला प्रेग्नंट होण्याची काळजी करण्याची गरज नाही..." असे म्हणत नग्नावस्थेत तिच्यामागे जिन्यापर्यंत धावत येणारा गॅलन बघून तिचा

थरकाप उडाला. धावता-धावता तिच्या मनात प्रश्न आला, हे कंडोम म्हणजे काय भानगड आहे? ह्या सगळ्या भानगडीत आपले वडील आपल्या पाठीशी नाहीत, ह्याची जाणीव देणारी एक घटना घडली आणि डेबोरा सैरभैर झाली.

आपल्या पायावर उभे राहण्यासाठी तिने लोकांच्या घरी फरशी पुसण्याचे, कपड्यांना इस्त्री करण्याचे काम घेतले. एकदा डेबोरा कामावरून घरी निघाली असताना गॅलनने तिला गाठले आणि आपल्या गाडीत बसायला सांगितले. तिने नकार देऊनसुद्धा त्याचा पाठलाग संपेना, तेव्हा ती ओरडून त्याला म्हणाली, ''तुझ्याबरोबर मला कुठेही यायचं नाहीय... माझ्या शरीराला इथे-तिथे हात लावतोस, ते मला कळत नाही का?'' गॅलनने गाडीबाहेर उडी मारली आणि दंडाला धरून तिला गाडीत जवळ-जवळ फेकलेच आणि तिच्या तोंडावर एक जोरदार ठोसा मारला; तरीही समोर बसलेला डे निर्विकारपणे गाडीच्या काचेतून बाहेर, दूरवर बघत राहिला! डेबोरा रडत-रडत घरी आली. गॅलनच्या ठोशामुळे भुवईजवळ जखम होऊन त्यातून रक्त ठिबकत होते. गाडीतून उतरून ती आपल्या कपाटाकडे धावली. खिन्न झाल्यावर ती सगळ्यांपासून दूर, आपल्या कपाटात जाऊन बसत असे. धावत-धावत आपल्या कपाटाकडे गेलेल्या डेबोराला बॉबेटने बघितले आणि तीपण तिच्यामागे आली. कपाटाचे दार बंद करून आतमध्ये हुंदके देत बसलेल्या डेबोराच्या कपाटाच्या दारावर ठोठावत विचारू लागली, ''डेल, का रडतेयस? काय झालंय?'' आजवर डेबोरा कधीच तिच्याशी ह्या छळाबद्दल बोलली नव्हती. त्यामुळे आपल्याला त्रास होईल, अशी भीती तिला अकारणच वाटत होती. तिला कपाटातून ओढून काढीत बॉबेट म्हणाली, ''जर तू मला काहीच बोलली नाहीस; तर तुला काय त्रास होतोय, हे मला समजणार नाही. मला हा ठाऊक आहे की, गॅलन तुला पितृतुल्य आहे, पण त्याच्याप्रमाणेच मलाही तू तुझा त्रास सांगू शकतेस.'' हुंदके देणाऱ्या डेबोराने गॅलनने आपल्याला मारल्याचे सांगितलेच आणि काही वेळा तो आपल्याशी घाणेरडे बोलतो, हेही सांगितले. पण तो आपल्याला नको तिथे हात लावतो, हे मात्र ती बोलली नाही; कारण ते ऐकून बॉबेट संतापेल आणि त्याचा खून करून येईल, ह्याची तिला खात्री होती. गॅलन मेला आणि त्याच्या खुनाच्या आरोपावरून बॉबेट तुरुंगात गेली; तर आपली काळजी घेणारी जी इनमिन दोन माणसे आहेत, तीही उरणार नाहीत –ह्याची तिला भीती वाटत होती.

संतापाने धगधगणारी बॉबेट तडक गॅलन आणि इथेलच्या घरी गेली. तिने घरात प्रवेश केला, तोच मुळी मोठ्याने शिवीगाळ करीत आणि ओरडत. ''लॅक्सच्या मुलांकडे मान वरती करून जरी बघितले, तरी मी तुम्हाला मारून टाकेन!''

अशी सणसणीत धमकी देतच ती घराबाहेर पडली. काही दिवसांनी डेबोराने तिला विचारले, ''प्रेग्नंट म्हणजे काय?'' अजाणत्या वयात आई गमावलेल्या ह्या मुलीला शरीरधर्माची ओळखच नीटशी झाली नव्हती. मग बॉबेट तिच्याशी ते सारे बोलत बसली आणि उठता-उठता डेबोराचे खांदे धरीत तिला म्हणाली, ''तुझे आई आणि वडील आणि त्यांची चुलतभावंडं कशाचीच फिकीर न करता एकमेकांबरोबर राहत होती, पण तू मात्र असं काही करू नकोस. चुलत भावंडं शरीरसंबंध ठेवण्यासाठी नसतात गं... ते निरोगी नाही... तू शिक्षणाकडे लक्ष दे. चुलतभावंडांमध्ये जास्त मिसळू नकोस आणि मोठी होईपर्यंत बाळ जन्माला घालून नकोस.'' डेबोराने मान हलवली.

डेबोरा अजिबात बाळाला जन्म देण्याचा विचार करीत नव्हती. पण तिला तेरावे वर्ष लागले, तेव्हा ती शाळेतून बाहेर पडून शेजारी राहणाऱ्या चित्ताबरोबर लग्न करण्याचा विचार मात्र करीत होती. गॅलनकडून होणारा शारीरिक छळ थांबवण्यासाठी आपला नवरा आपल्याला उपयोगी पडेल, असे तिला वाटत होते. शिवाय शाळेत जाण्यात तिला रस वाटत नव्हता, कारण तिच्या भावांप्रमाणे तिच्यामध्येसुद्धा श्रवणदोष होता. बोलणारी व्यक्ती जवळ बसलेली नसेल आणि ती सावकाश व मोठ्याने बोलत नसेल, तर हेन्रीएटा आणि डेच्या कोणत्याही अपत्याला समोरच्या व्यक्तीचे बोलणे ऐकू येत नसे! पण मोठ्यांपुढे काहीही न बोलण्याची सक्ती त्यांच्यावर होती, त्यामुळे ते घरात आपल्या बहिरेपणाबद्दल बोलले नाहीत आणि शाळेतसुद्धा. हे बहिरेपण किती आहे हे कोणी मोजले नाही. त्यामुळे वय पुष्कळ वाढेपर्यंत श्रवणयंत्र वापरण्याच्या आग्रहपण केला नाही. बॉबेटने एकदा डेबोराला म्हटले होते, ''तुम्हा सगळ्या भावंडाना बहिरेपणाची समस्या होती, कारण तुमचे आई-वडील मुळात आधी चुलतभावंड होती.'' डेबोराला अन्य कुटुंबातील चुलतभावंडांनी जन्म दिलेली पुरेशी वाढ न झालेली, बटू मुले ठाऊक होती आणि ज्यांची मानसिक वाढ पुरेशी झाली नाहीय, अशी मुलेही तिने बघितली होती. एल्सीला असेच काही झाले असेल, असे तिला मग वाटू लागले.

आपल्याला एक लहान बहीण होती, हे डेबोराला कितीतरी वर्षे ठाऊकसुद्धा नव्हते. कधीतरी डेने तिला एवढेच सांगितले, तिची ही बहीण एल्सी, मुकी-बहिरी होती आणि पंधरा वर्षांची असताना तिला ज्या संस्थेत ठेवले होते, तिथेच तिचा मृत्यू झाला. डेबोरासाठी हे निव्वळ धक्कादायक होते आणि अनपेक्षित.. सहन करण्याच्या पलीकडचे... आपल्याला आणखी एक बहीण होती? आणि केवळ बहिरेपणामुळे तिचा मृत्यू झाला? एल्सीला कोणी चिन्हांची भाषा शिकवण्याचा

प्रयत्न केला का – असा प्रश्न ती प्रत्येकाला विचारीत राहिली. एल्सीबद्दल आपल्याला अधिक कळावे, म्हणून ती वारंवार लॉरेन्सला विनवत राहिली. पण तो फक्त एकच गोष्ट सांगत राहिला, एल्सी फार सुंदर होती आणि तिचे रक्षण करण्यासाठी तो जिथे-जिथे जाईल, तिथे-तिथे त्याला एल्सीला बरोबर घेऊन जावे लागे... काहीही बोलता न येणारी आपली बहीण, तिच्यावर काही भलता सलता प्रसंग ओढवला असता; तर काय करू शकली असती? डेबोराला ह्या विचारानेसुद्धा अस्वस्थ केले... कसे जगत असेल आपली बहीण ह्या बहिरेपणाबरोबर? ती मग सतत लॉरेन्सशी ह्याच विषयावर बोलत राहिली, त्याला प्रश्न विचारीत राहिली. अखेर एक दिवस त्याचा बांध फुटला आणि तो हमसाहमशी रडू लागला. त्यानंतर डेबोराने तो विषय बंद केला. पण दिवसा शाळेत आणि रात्री घरी अंथरुणावर पडल्यावर तिच्या मनात फक्त आपल्या बहिणीचा आणि आईचा विषय असे. ती डेला आणि त्याच्या चुलतभावंडांना विचारू लागली, "कोण होती माझी आई? काय झालं होतं तिला नेमकं?" आणि डे तिला पुन्हा-पुन्हा एकच गोष्ट सांगत राहिला, "तिचं नाव होतं हेन्रीएटा लॅक्स, तू जेव्हा खूप लहान होतीस, तेव्हाच ती गेली!"

'मोठी होईपर्यंत बाळ जन्माला घालू नकोस' असे बॉबेट वारंवार सांगत होती, पण अनेक पातळ्यांवर स्वत:शी झगडत असलेली डेबोरा बॉबेटला दिलेले वचन मात्र पाळू शकली नाही. वयाच्या सोळाव्या वर्षी तिला दिवस गेले आहेत, हे जेव्हा बॉबेटला समजले; तेव्हा ती हमसाहमशी रडली. डेबोराने शाळेत जाणे बंद केले, तेव्हा बॉबेटने तिला बजावले, "अशी सुस्तावू नकोस... तुला पदवीपर्यंतचे शिक्षण पूर्ण करावे लागणार आहे." आपले भले मोठे वाढलेले पोट घेऊन आपण मुळीच शाळेत जाणार नाही, असे डेबोरा ओरडून पुन्हा-पुन्हा सांगायला लागली, तेव्हा बॉबेट शांतपणे म्हणाली, "तो प्रश्नच मुळी येणार नाही. ज्या शाळेत सगळ्या तुझ्यासारख्या गर्भवती बायका येतात, अशा खास शाळेत जायचे आहे तुला!" तरीही आपल्या नकारावर डेबोरा ठाम आहे, हे बघून बॉबेटने तिचा अर्ज भरला आणि तिला ती ओढत शाळेत घेऊन गेली. डेबोराने मुलाला जन्म दिल्यावर आल्फ्रेड चित्ता कार्टरच्या ह्या मुलाला त्याच्या वडलांचेच नाव दिले गेले – आल्फ्रेड ज्युनियर. रोज सकाळी बॉबेट डेबोराचा डबा भरत असे आणि तिला शाळेत पाठवल्यावर ज्युनियर आल्फ्रेडची देखभाल करीत असे. आल्फ्रेड डेबोराचा मुलगा होता खरा; पण तिला शाळेत जायला आणि अभ्यास करायला वेळ मिळावा, ह्यासाठी दिवसरात्र बॉबेटच त्याची काळजी घेत होती. डेबोराला पदवी मिळाल्यावर बॉबेटने तिला तिची पहिली नोकरी मिळवून दिली. पण ह्या लग्नाने

ना डेबोराला सुख मिळाले, ना स्थैर्य. त्यांच्या दुसऱ्या मुलाच्या जन्मानंतर चित्ता व्यसनांच्या आहारी जाऊन डेबोराला मारहाण करू लागला. मग रात्र-रात्र दुसऱ्याच बायकांबरोबर गायब होऊ लागला आणि घरी येऊ लागला तो फक्त घराबाहेर अमली पदार्थांची विक्री करण्यासाठी. तो अशी विक्री करीत असताना घरात बसून डेबोरा आपल्या मुलांना घेऊन हे हतबलतेने बघत असे. एक दिवस त्याने डेबोरावर हात उगारला आणि एक काचेची मोठी प्लेट तिच्या अंगावर फोडली, तेव्हा तिने जवळच असलेली सुरी उचलली. चित्ताने प्रतिकाराचा प्रयत्न केला, पण व्यसनांमुळे आलेल्या दुबळेपणामुळे तो काहीच प्रतिकार करू शकला नाही. डेबोराने सुरी त्याच्या छातीवर टेकत जास्त खोलवर जखम होणार नाही अशी काळजी घेत पोटापर्यंत ती सुरी खेचत नेली. चित्ता वेदनेने ओरडत होता. मग काही काळ तो गायब झाला. पण त्याने पुन्हा येऊन तिच्यावर हल्ला करताच डेबोराने त्याला जिन्यावरून खाली ढकलून दिले आणि फरफटत नेत घराचे दार उघडून ऐन थंडीच्या कडाक्यात अंगावर कोणतेही गरम कपडे नसलेल्या चित्ताला रस्त्यावर ढकलून देऊन दार बंद करून घेतले. मग तिने बॉबेट ला फोन केला, "मी आज रात्री त्याचा खून करणार आहे... चेचून मरीन त्याला!" ती बॉबेटला हे सांगत असताना ती नेमके कशाविषयी बोलते आहे, हेच बॉबेटला समजेना आणि जेव्हा समजले, तेव्हा ती हादरली. डेबोराला विनवत म्हणाली, "त्याला मारलेस तर तूपण जोसारखी तुरुंगात जाशील. मग तुझ्या मुलांकडे कोण बघेल?" दुसऱ्या दिवशी चित्ता बाहेर गेल्यावर आपले सगळे सामान गुंडाळून आणि मुलांना घेऊन डेबोरा बाहेर पडली. काही दिवस वडलांच्या घरात लपून बसल्यावर नोकरी मिळवत आपल्या पायावर उभे राहण्याची आणि त्याच वेळी एकल पालक म्हणून मुलांना वाढवण्याची तिची कसरत सुरू झाली.

लॉरेन्स आणि सोनी हे डेबोराचे दोन मोठे भाऊ चांगले स्थिर झाले. लॉरेन्सने एक दुकान थाटले, तर सोनी हवाईदलात दाखल झाला. इथेलच्या छळाचे सर्वाधिक चटके ज्याला बसले, तो जो मात्र कधीच स्थैर्याच्या वाटेने जाऊ शकला नाही. शाळेत सतत आपले वर्गबंधू आणि शिक्षक ह्यांच्या कुरापती काढणाऱ्या जोने सातवीनंतर शाळा सोडून दिली. वयाच्या अठराव्या वर्षी तो लष्करात दाखल झाला खरा, पण त्याच्या मनातील जगाबद्दलच्या अखंड धुमसत असलेल्या संतापाने त्याला इथेही अडचणीत आणले. वरिष्ठ आणि बरोबरचे सहकारी ह्यांच्याशी त्याचे सतत भांडण आणि अनेकदा मारामारी होत होती. ह्या भांडणाचा शेवट म्हणून एक तर जोला हॉस्पिटलमध्ये भरती व्हावे लागे किंवा त्याला एकांतवासाची शिक्षा मिळत असे. तिथून बाहेर

पडताच तो परत एखादे भांडण उकरून काढत असे. त्याच्या जेमतेम नऊ महिन्यांच्या लष्करच्या नोकरीत बहुतांश वेळ असा हॉस्पिटलमध्ये किंवा एकांतवासात गेला आणि तो अधिकाधिक संतापी होत गेला. खूप साऱ्या मानसिक चाचण्या आणि उपचार केल्यावर त्याला ह्या नोकरीतून बाहेर पडावे लागले. लष्करी आयुष्याशी जमवून घेण्याची भावनिक क्षमता नाही – असा शिक्का त्याच्या निरोपाच्या कागदावर मारला गेला. लष्कराच्या नोकरीमुळे त्याला काही शिस्त लागेल आणि त्याचा अनिर्बंध संताप आटोक्यात येईल, असे त्याच्या कुटुंबाला वाटत होते. प्रत्यक्षात तेथून बाहेर पडलेला जो संतापाने अधिक धगधगू लागला होता. जोच्या या संतापाने आयव्ही नावाच्या तरुणाचा बळी घेतला. जो आणि त्याचा एक मित्र जून काही मुलींशी बोलत असताना हा आयव्ही त्यांच्या अंगावर धावून आला आणि 'माझ्या बहिणीशी का बोलता?' म्हणून त्यांच्याशी हुज्जत घालू लागला. वाद वाढला, आयव्हीने जोला लाथाबुक्क्याने मारहाण केली. अपमानित जो रात्री डेबोराच्या घरी झोपला, पण डोक्यात अखंड विचार होते ते सूडाचे. दुसऱ्या दिवशी डेबोराच्या स्वयंपाकघरातून एक भला मोठा लाकडी मुठीचा चाकू घेऊन तो बाहेर पडला आणि रस्त्यावर उभ्या आयव्हीच्या छातीत थंडपणे त्याने तो चाकू खुपसला! आपल्या भावाला ह्या प्रकरणातून वाचवण्यासाठी सोनी आणि लॉरेन्सने वडलांच्या मदतीने त्याला क्लोव्हरच्या शेतात लपण्यासाठी पाठवून दिले. पण दिवसभर दारू पिऊन तर्र राहणाऱ्या जोने तिथेही खूप भांडणे उकरून काढली. शेवटी तो स्वत:च पोलिसांना शरण गेला. कोर्टाने त्याला सुधारगृहात पाठवल्यावर सुरुवातीला तिथेसुद्धा भांडणे करणारा जो हळू-हळू शांत होत गेला – कदाचित सगळ्या जगाशी भांडून थकल्यामुळे असेल, कदाचित त्यातील व्यर्थता कळल्यामुळे असेल. मग त्याला इस्लाम धर्माने आपल्याकडे आकर्षित करून घेतले. काही काळानंतर जोने आपले नामांतर केले. आता तो झकेरिया बरी अब्दुल रहमान झाला आणि आपल्या कोठडीत कुराणाचा अभ्यास करीत सगळा वेळ घालवू लागला.

अजाणत्या वयात परिस्थितीच्या कचाट्यात लढण्यासाठी सोपवून निघून गेलेल्या आईच्या माघारी ही मुले जमेल तशी, आपल्या-आपल्या कुवतीप्रमाणे लढत राहिली. आपल्या आईच्या पेशी जग पादाक्रांत करीत आहेत, हे तेव्हा त्यांच्या गावीही नव्हते...

□□

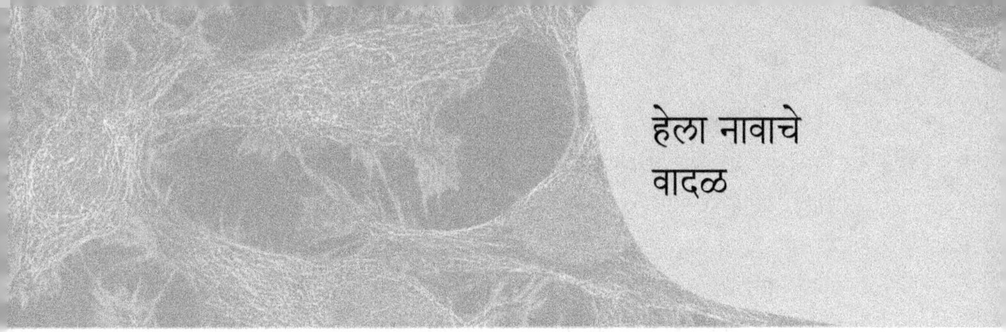

हेला नावाचे वादळ

हेला पेशी निव्वळ जग पादाक्रांत करीत नव्हत्या, तर या अत्यंत आक्रमक पेशींनी संशोधनाच्या जगात एक विचित्र उलथापालथ घडवून आणली होती. ही उलथापालथ म्हणजे हेला पेशींनी प्रयोगशाळेतील इतर पेशींवर केलेले आक्रमण. एखाद्या बहुरंगी कमळाच्या तळ्यातील एकाच रंगाच्या कमळाने अन्य रंगांच्या कमळांचे अस्तित्वच संपवून टाकावे, तसे काहीसे होते हे आक्रमण. या आक्रमणाबद्दल चिंता व्यक्त करण्यासाठीच ही परिषद भरली होती.

परिषदेतील व्यासपीठावर आनुवंशिकता शास्त्रज्ञ स्टॅनले गार्टलर माईकसमोर उभा होता. सभागृहातील शास्त्रज्ञांमध्ये सेल लाईन, त्यावरील प्रयोग, कॅन्सरवर उपचार शोधून काढण्यामध्ये त्यांचा वापर अशा अनेक मुद्द्यांवर चर्चा रंगात आली होती. गार्टलरने साऱ्यांचे लक्ष वेधून बोलायला सुरुवात केली,

“आपल्या क्षेत्रामधे मला एक गंभीर तांत्रिक अडचण जाणवते आहे.” अत्यंत गांभीर्याने उच्चारलेल्या या वाक्याने सभागृहातील सर्वांची उत्सुकता जागृत झाली. गार्टलर पुढे काय मांडतो, हे ऐकण्यासाठी ते सरसावले.

गार्टलर पुढे म्हणाला, “सध्या प्रमुख अठरा सेल लाईनवर माझे काम सुरू आहे. त्यांच्या केंद्रकातील गुणसूत्रांवरील जनुकीय रचना तपासताना एक धक्कादायक गोष्ट माझ्या पहाण्यात आली आहे आणि ती म्हणजे, या सर्व सेललाईनचा मूळ स्रोत एकच आहे. कृष्णवर्णीय अमेरिकन. असं का झालं असावं, माझ्या मते याचं एकच स्पष्टीकरण होऊ शकतं आणि ते म्हणजे या सर्व अठरा सेललाईनना हेलाने प्रदूषित केलं आहे.” शेवटचे वाक्य सर्वांनी ऐकले मात्र आणि सभागृहात विचित्र शांतता पसरली. गार्टलरने जणू बाँबच टाकला होता आणि या बाँबचे नाव होते हेला.

वैज्ञानिक विश्व हादरून जावे, असे काय स्फोटक होते या वाक्यात? हे समजून घेण्यासाठी आपल्या शरीराकडे थोडे सूक्ष्मदर्शकातून पहावे लागेल. आपले शरीर खरोखर विलक्षण आहे. शरीराचा सूक्ष्मतम घटक म्हणजे पेशी. साध्या डोळ्याने जाऊ द्या, भिंगातूनसुद्धा दिसणार नाहीत – इतक्या त्या सूक्ष्म असतात. प्रत्येक अवयवातील पेशी आकाराने आणि प्रवृत्तीने एकमेकींपेक्षा अगदी वेगळ्या. त्या एकाच प्रकारच्या सजिवाच्या असतील (दोन मांजरांमधील पेशी किंवा दोन माणसांमधील पेशी), तर त्यांची केंद्रके सारखी असतात. हे सारखेपण ठरते ते केंद्रकातील गुणसूत्रांची संख्या व रचना यावरून. प्रत्येक पेशीच्या केंद्रकात केसासारखे बारीक धागे असतात, यांनाच गुणसूत्र म्हणतात; कारण प्रत्येक सजिवाचे गुण किंवा वैशिष्ट्ये सांकेतिक भाषेत या गुणसूत्रांवरच लिहिलेले असतात.

सारख्या दिसणाऱ्या व सारखेच काम करणाऱ्या पेशींचा समूह म्हणजे उती. अशा अनेक प्रकारच्या उती एकत्र येऊन शरीरातील अवयव बनतात. म्हणजे एक साधे जठर घेतले; तरी त्याच्या अस्तराच्या पेशी वेगळ्या, जठरातील रस निर्माण करणाऱ्या वेगळ्या, त्यातील अन्न घुसळले जावे म्हणून त्याची घुसळण करणाऱ्या स्नायूपेशी वेगळ्या आणि गादीसारखी त्याची भिंत जाड करणाऱ्या पेशी वेगळ्या. एखाद्या अवयवाची एक पेशी घेऊन ती प्रयोगशाळेत वाढवली की, तिच्यापासून तयार झालेला पेशीसमूह त्या अवयवाची 'सेल लाईन' म्हणून ओळखला जातो. म्हणजेच प्रत्येक अवयवाची सेल लाईन विशिष्ट असते. एखाद्या अवयवाला आजार होतो, म्हणजे या उतींच्या कार्यात बिघाड होतो. यामागे अनेक कारणे असू शकतात. जंतूंचा संसर्ग,त्यातीलच एखाद्या पेशीची अनिर्बंध वाढ किंवा घातक रसायनांचा प्रभाव यापैकी काहीही कारण असले; तरी परिणामी तो तो अवयव बंड पुकारतो. संशोधक या आजारांवर उपचार शोधत असतात, तेव्हा या औषधांचा वापर माणसांवर करण्यापूर्वी त्याच्या चाचण्या घेतल्या जातात. प्राण्यांवरील चाचण्या यशस्वी झाल्या की, प्रत्यक्ष माणसांवर चाचणी करण्यापूर्वीची एक अत्यंत महत्त्वाची पायरी या परीक्षानळीत वाढणाऱ्या सेल लाईनच्या संशोधनामुळे उपलब्ध झाली. हेला पेशीसंवर्धनाच्या तंत्रामुळे अशी सेल लाईन विकसित करण्याचे मर्म वैज्ञानिकांना गवसले. विविध अवयवांशी संबंधित सेल लाईन संशोधकांच्या प्रयोगशाळेत तयार होऊ लागल्या आणि औषधनिर्माण क्षेत्रात क्रांती घडवू लागल्या. या बहुमोल अशा सेल लाईनच्या विश्वासार्हतेपुढेच गार्टलरच्या निवेदनाने प्रश्नचिन्ह निर्माण केले होते.

ते साल होते १९६६. पेशी, उती व उतीसंवर्धन क्षेत्रातील अतिरथी-महारथींची ही आंतरराष्ट्रीय परिषद पेन्सिल्वानिया, बेडफोर्ड येथे भरली होती.

हेलाचा जन्मदाता जॉर्ज गे याच्यासह इंग्लंड, नेदरलँड, जपान अशी जगभरातील विविध देशांतून ७०० पेक्षा जास्त शास्त्रज्ञ या परिषदेसाठी हजर होते. या क्षेत्रातील प्रयोग, संशोधने, त्यातील निरीक्षणे, निघालेले निष्कर्ष यावर काही शास्त्रज्ञ आपले शोधनिबंध सादर करणार होते. आलेले अनुभव, अडचणी, शोधलेले उपाय यावर विचारमंथन होणार होते, चर्चा झडणार होत्या.

पेशीसंवर्धन तंत्राने हेला पेशींपासून तयार झालेली हेला सेल लाईन ही पहिली सेल लाईन. ही गर्भाशयमुखाच्या पेशींपासून बनवली गेली. त्यानंतर १९६६ पर्यंत माणसाच्या शरीरातील वेगवेगळ्या अवयवांच्या पेशीपासून अशा प्रमुख अठरा सेल लाईन विकसित झाल्या होत्या. त्या त्या अवयवांना होणारे आजार व त्यावरील उपचारात्मक औषधोपचार विकसित करण्यात या सेल लाईनची महत्त्वाची भूमिका होती. कारण या औषधांचा प्रयोग प्रथम या सेल लाईनवरच केला जाई. त्यामुळे या परिषदेत काय मांडले जाणार, याची उत्सुकता सर्वांनाच होती. म्हणूनच डॉ. गार्टलरच्या मांडणीनंतर सभागृहात प्रथम थोडी कुजबुज व नंतर जरा आवेशातच चर्चा सुरू झाली.

“हे अशक्य आहे.”

“असं झालं असेल, याला पुरावा काय?”

“एवढ्या काळजीपूर्वक सर्व प्रयोग केल्यावर असं घडूच कसं शकतं?”

मुख्य गोष्ट ही होती की, अनेक शास्त्रज्ञांनी वेगवेगळ्या सेल लाईन वापरून, स्वत: तयार करून गेली अनेक वर्षे त्यांचे संशोधन केले होते आणि गार्टलरची मांडणी खरी मानायची, तर त्यांच्या संशोधनाचा पायाच डळमळीत झाला होता.

चर्चेतील अविश्वास गार्टलरलाही जाणवला. आपला मुद्दा पुरेसा स्पष्ट झाला, तरच त्यावर सर्वांचा विश्वास बसेल, हे लक्षात आल्याने संभाषणाची सूत्रे त्याने आपल्या हातात घेतली. तो म्हणाला, “माझ्या संशोधनासाठी मी अशा काही रासायनिक चिन्हांच्या, खुणांच्या शोधात होतो; ज्यामुळे पेशींची ओळख पटवणे शक्य होईल. या शोधात मला सापडलं ग्लुकोज-६-फॉस्फेट डिहायड्रोजनेज नावाचं रसायन, जे कृष्णवर्णीय अमेरिकन लोकात आढळून येतं. मला मी वापरत असलेल्या सेल लाईनचा उगम माहीत नव्हता. त्या कोणत्या अवयवापासून बनल्या आहेत, ते माहीत होतं; पण कोणत्या व्यक्तीच्या आहेत, त्या व्यक्तीचं मूळ मला माहीत नव्हतं. ते माहिती होण्याचं खरं तर काही कारणही नव्हतं. या पेशींचं मूळ शोधावं, अशी इच्छा मात्र यातून निर्माण झाली. या शोधात मी हेलाच्या उगमापर्यंत जाण्याचा प्रयत्न केला. जॉर्ज गे यांच्याशी झालेल्या पत्रव्यवहारातून हे

स्पष्ट झालं की, हेला ज्या पेशीसमूहापासून तयार झाली, ती स्त्री कृष्णवर्णीय होती. यातच मला माझ्या समस्येचं उत्तर सापडलं. माझ्या सर्व सेल लाईन हेलाने बाधित होत्या.''

गार्टलरने सुरुवातीला सांगितलेल्या तांत्रिक अडचणीचे मूळ किती खोलवर पोचलेय, याचे भान हळूहळू उपस्थितांना येत होते. आपल्या पेशीसाठ्याला जीवाणू, विषाणूंपासून वाचवण्यासाठी किती पराकोटीची स्वच्छता संशोधकांना पाळावी लागते, हे सर्वच जाणून होते. अस्वच्छ हात, प्रयोगशाळेतील साधने, उपकरणे एवढेच नाही तर कपडे, हवा, पाणी कशातूनही हे सूक्ष्मजीव काळजीपूर्वक वाढवलेल्या पेशींपर्यंत पोचतात व त्यांना बाधित करतात, हे त्यांना माहीत होते. पण म्हणून हेला पेशी इतर पेशीसमूहांना आपल्या विळख्यात घेतील? त्यांचे अस्तित्वच नष्ट करण्याइतक्या वेगाने वाढतील? तेही इतक्या वेगाने की थोड्याच काळात त्या इतर पेशींना बकासुरासारख्या खाऊन एकमार्गी स्वत:चे अनिर्बंध साम्राज्य निर्माण करतील – हे अविश्वसनीय सत्य अनेकांच्या पचनी पडत नव्हते. आत्ता आत्तापर्यंत शास्त्रज्ञांनी त्यांचे त्यांचे पेशीसमूह बाळाच्या निगुतीने वाढवले होते. हेलाच्या शोधाला पंधरा वर्षे लोटली होती. त्यावरील संशोधनपर प्रबंधांची संख्या दरवर्षी तिप्पटीने वाढत होती. विविध पेशीसमूहांचे वर्तन, त्यांच्यावर होणारा औषधांचा परिणाम, त्यांच्यातील सारखेपणा, त्यांचा इतर रसायनांना प्रतिसाद अशा स्वरूपाच्या संशोधनावर करोडो डॉलर खर्ची पडले होते.

या परिषदेला 'अमेरिकन टाईप कल्चर कलेक्शन' (ATCC) या संस्थेचे प्रतिनिधीही हजर होते. ही संस्था अमेरिकेत १९२५ साली स्थापन करण्यात आली. विविध सूक्ष्मजीवांच्या जाती व सेल लाईन यांची विश्वासार्ह साठवणूक येथे केली जाते; त्यामुळे या क्षेत्रातील संशोधकांना अत्यंत निर्जंतुक, प्रमाणित साहित्य येथे उपलब्ध होते. गार्टलरने त्याच्या बोलण्याला पुरावा म्हणून अठरा सेल लाईनची यादी श्रोत्यांना दाखवली.या सर्व हेलाबाधित आहेत, असे त्याचे म्हणणे होते. यापैकी सहा ATCCच्या होत्या. हेलाने पेशीसंशोधनासाठी निर्माण झालेल्या अभेद्य किल्ल्यातही चंचूप्रवेश केला होता.

सभागृहातील सारेच अंतर्मुख झाले. गार्टलरच्या बोलण्यात तथ्य असेल, तर इतक्या वर्षांचे संशोधन, त्यावर खर्च केलेले करोडो डॉलर क्षणात पाण्यात गेले होते. म्हणजे इतकी वर्षे मेहनत करून शास्त्रज्ञ ज्या पेशी वाढवत होते, त्या सर्व हेलाच्याच प्रतिकृती ठरणार होत्या. कोणाच्याच तोंडून शब्द फुटेना. एखादे भूत बघावे, तसे सर्वजण गार्टलरकडे पहात होते.

''माझ्या मते ज्यांनी ज्यांनी आपले संशोधन विशिष्ट पेशींना केंद्रस्थानी ठेवून

केलंय, मग त्या यकृताच्या पेशी असतील किंवा हाडाच्या किंवा अन्य, ते सर्वच वादग्रस्त ठरू शकते. या नवीन संदर्भात त्याला काहीही वैज्ञानिक आधार उरलेला नाही.'' एवढे बोलून गार्टलर खाली बसला.

शांततेचा क्षण पार झाल्यावर गार्टलरवर प्रश्नांच्या फैरी झडू लागल्या. या पेशी त्याच्या प्रयोगशाळेत आल्यावर लगेच तपासल्या गेल्या की वाढवल्यानंतर? त्या पेशी तपासणीच्या वेळी अतिथंड होत्या की सर्वसामान्य तापमानाला? या प्रश्नांवरून हे सहजच लक्षात येत होते की, काही काळापूर्वी जे ऐकले त्यावर विश्वास ठेवण्याची कोणाचीही तयारी नव्हती. गार्टलरच्या प्रयोगातच काही चूक आहे का, हे शोधण्यात सर्व गर्क होते. गार्टलरला याची अपेक्षा होतीच. या सर्व प्रश्नांची समाधानकारक उत्तरे दिल्यावर ही अप्रिय वस्तुस्थिती स्वीकारण्यावाचून कोणाला काही पर्यायच नव्हता.

एक प्रकारचा पेशीसाठा दुसऱ्या प्रकारच्या पेशींनी प्रदूषित करीत असल्याची घटना या परिषदेच्या निमित्ताने प्रथमच समोर आली असली, तरी खरे तर हा अनुभव एकट्या गार्टलरचा नव्हता. पेशीविज्ञानाच्या क्षेत्रात काम करणाऱ्या संशोधकांनी जेव्हा पेशी प्रयोगशाळेत वाढवायला सुरुवात केली, तेव्हा दोनच गोष्टी घडतात; असे त्यांच्या लक्षात आले. एकतर त्या मरतात किंवा वाढताना त्यांच्यात असे काही बदल होतात की, त्यांचे कॅन्सर पेशींमध्ये रूपांतरण होते. म्हणजे मूलत: त्या कोणत्याही अवयवाचा भाग असो, आता रूपांतरणानंतर त्या दिसतातही सारख्या आणि वागतातही सारख्या. असे का होत असावे, याचे स्पष्टीकरण देणारा एक शोधनिबंध पेशीसंवर्धन क्षेत्रातील एक नामवंत संशोधक लेविस कोरिएल याने प्रकाशित केला. त्यात त्याने असे मांडले की, रुपांतरित पेशी कॅन्सर पेशी बनतात, कारण त्या जिवाणू किंवा विषाणू बाधित असतात. कालांतराने हेन्रीएटाचा कॅन्सर पॅपिलोमा विषाणूंमुळे झाल्याचे सिद्धही झाले.

या नंतरच्या काळात त्या शास्त्रज्ञांचे आणि त्यांच्या संशोधनाचे पुढे काय झाले, हा वेगळाच विषय आहे. पण यावर अधिक सखोल अभ्यास झाला पाहिजे, असे उपस्थितांपैकी काही संशोधकांना खूप तीव्रतेने वाटले. एखाद्या विशिष्ट सेल लाईन मधे घुसखोरी करून वाढणाऱ्या हेला पेशींना ओळखण्यासाठी रासायनिक चाचण्या विकसित करता येतील का, यावर नंतरच्या काळात संशोधन सुरू राहिले. या चाचण्या पुढे विकसित झाल्या. त्यांच्याच आधारे संशोधक हेन्रीएटाच्या वारसदारांपर्यंत पोचले.

□□

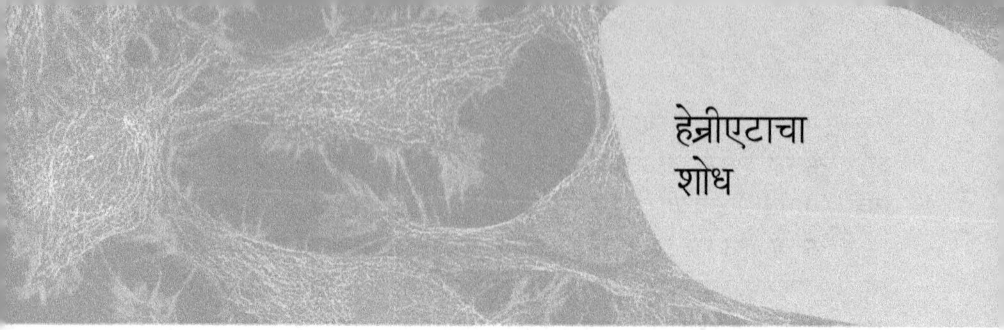

हेन्रीएटाचा शोध

ज्या आजारपणासाठी उपचार शोधता यावे, यासाठी लढण्यात आपले सगळे आयुष्य गेले; त्याच आजाराचा – कॅन्सरचा विळखा आपल्यालाही पडला आहे, हे जॉर्ज गे ह्याला समजले; तेव्हा त्याने वयाची सत्तरी नुकतीच ओलांडली होती. हा कॅन्सर सोपा नव्हता. स्वादुपिंडाचा अतिशय आक्रमक अशा ह्या कॅन्सरची शस्त्रक्रिया तातडीने झाली नाही; तर आपण काही महिन्यांचे सोबती आहोत, हे गेला समजून चुकले होते. १९७० साली ८ ऑगस्टला गेच्या प्रयोगशाळेतील त्याच्या सहकाऱ्यांना एका 'तातडीच्या शस्त्रक्रियेबद्दल' माहिती दिली गेली. ती कोणाची आहे, त्याबद्दल काहीच कल्पना न देता. ऑपरेशन थिएटरमध्ये जाण्यापूर्वी गेने डॉक्टरांना आपल्या शरीरात वाढलेल्या ट्युमरच्या पेशींचा नमुना काढून घेण्याची पुन्हा एकदा आठवण दिली. आपल्या सगळ्या सहकाऱ्यांना ह्या 'जेजे' पेशी काळजीपूर्वक वाढवण्याची सूचना केली. आपल्या पेशीपण हेन्रीएटाच्या पेशीसारख्या अमर होण्याची आशा तो बाळगून होता. "गरज पडली तर दिवसरात्र काम करा. पण हे घडेल असे बघा!" तो अखेरपर्यंत आपल्या सहकाऱ्यांना सांगत राहिला. पण भूल दिलेल्या गेचे पोट उघडताच सर्जनना जे दिसले ते धक्कादायक होते. त्याच्या कॅन्सरवर ऑपरेशन करणे अशक्य होते, इतका तो पसरला होता. केवळ स्वादुपिंड नाही; तर यकृत, पोट, आतडी – एकही अवयव त्याच्या तावडीतून सुटला नव्हता आणि त्याच्या पेशी काढून घेणे म्हणजे गेला मृत्यूच्या दाढेत ढकलण्यासारखे होते. पेशींचा कोणताही नमुना न घेता आपले पोट डॉक्टरांनी बंद केले, हे शुद्धीवर आल्यावर गेला समजले; तेव्हा तो आधी कमालीचा संतापला. मग खूप व्यथित झाला. आपला बळी गेला असता तरी चालले असते, पण आधुनिक शास्त्राला त्याची मदत झाली असती – असे तो सतत म्हणत राहिला. शस्त्रक्रिया ते गेचा मृत्यू ह्या तीन महिन्यांच्या काळात गेने असे

उपचार घेतले, जे अजून माणसांवर केले गेले नव्हते. आधी मिनिसोटामध्ये असलेल्या मेयो क्लिनिक मध्ये त्याने एका जपानी औषधाचे उपचार घेतले, पण ते उपचार घेतल्यावर तो आणखीनच गंभीर आजारी झाला. त्यातून बाहेर पडताच न्यूयॉर्कच्या स्लोन-केटरिंग हॉस्पिटलमध्ये आणखी एका अभ्यासचाचणीचा उपचार घेण्यासाठी त्याने स्वत:ला दाखल करून घेतले. केमोचे ते उपचारसुद्धा अद्याप माणसांवर केले गेले नव्हते. पण ह्या सगळ्या प्रयोगांनी या सहा फुटी, दोनशे पौंडाच्या संशोधकाला पार खिळखिळे करून टाकले. ओटीपोटात असह्य वेदना आणि सततच्या उलट्या ह्यामुळे अखेरीस तो व्हीलचेयरवर बसून सगळे व्यवहार करू लागला. त्या काळात मग त्याने एक महत्वाचा निर्णय घेतला. त्याने त्याची माजी सहकारी मेरी क्युबिकला सांगितले, "ज्या हेन्रीएटाचे नाव मी आजपर्यंत जगापासून लपवून ठेवले होते, ते जाहीर करायला हरकत नाही!" ८ नोव्हेंबर १९७०ला त्याने अखेरचा श्वास घेतला, पण मेरीने मात्र ते नाव कोणाला सांगितले नाही.

डॉ. गे ह्यांची इच्छा मग त्याच्या हॉपकिन्समधील सहकाऱ्यांनी – हॉवर्ड जोन्स आणि व्हिक्टर मॅकक्युसिक ह्यांनी पूर्ण केली. गेच्या धडपडीला सलाम करण्यासाठी त्यांनी हेला पेशींचा इतिहास लिहिण्याचे ठरवले. त्यासाठी जोन्सने ह्या केसचा सगळा इतिहास पुन्हा नव्याने वाचून काढला. Obstetrics and Gynecology ह्या जर्नलमध्ये प्रसिद्ध झालेल्या ह्या लेखामुळे हेन्रीएटाचे नाव प्रथम जगासमोर जाहीरपणे आले. आपल्या ह्या लेखात गेच्या कामगिरीचे कौतुक करताना जोन्स आणि त्याच्या सहकाऱ्याने लिहिले होते, 'योग्य व्यक्ती, योग्य वेळी, योग्य ठिकाणी असते; तेव्हा एखादा शास्त्रीय शोध लागतो – असे म्हटले जाते, गे ही ती व्यक्ती होती आणि हेला पेशी हे त्या जुळून आलेल्या सगळ्या सुदैवाचे फळ होते. त्या बायोप्सीने हेन्रीएटा लॅक्सला 'हेला' म्हणून अमरत्व प्राप्त करून दिले, ज्याला आता २० वर्षे झाली आहेत. भविष्यातील शास्त्रज्ञांनी या हेलाचा काळजीपूर्वक सांभाळ केल्यास ती जगाच्या इतिहासात अमर होईल! आजसुद्धा हेन्रीएटा लॅक्स आधी हेन्रीएटा म्हणून आणि मग 'हेला' म्हणून ५१ वर्षे वयाची झाली आहे!' कमरेवर हात ठेवून उभ्या असलेल्या हेन्रीएटाचा फोटो ह्या लेखासोबत छापला होता, तो नंतर पुढे अनेक लेखांसोबत प्रसिद्ध झाला. त्या लेखाने हेला पेशी आणि हेन्रीएटा, लॉरेन्स, सोनी, डेबोरा, झकेरिया आणि त्यांची मुले, नातवंडे ह्या सगळ्यांचे एकमेकांशी असलेले नाते प्रथमच जगासमोर आले. आता काही काळातच हेला पेशींप्रमाणे हे नातेसुद्धा ह्या प्रयोगशाळेतून त्या प्रयोगशाळेत झपाट्याने जाणार होते... पण जे नाते ह्या लेखाने सिद्ध केले होते, त्या नात्याच्या

माणसांना हे ठाऊक होते का? त्यांच्या अगदी जवळच्या एका व्यक्तीच्या पेशी जगभरातील प्रयोगशाळेत अनेक संशोधने पुढे जाण्यासाठी मदत करीत आहेत, हे कसे आणि कधी समजले त्यांना?

◆

ही गोष्ट कधीतरी १९७३ सालातील. बॉबेट लॅक्स तिच्या गारडेनिया नावाच्या एका मैत्रिणीकडे दुपारी जेवायला आली होती. वॉशिंग्टनहून आलेल्या, नॅशनल कॅन्सर सेंटरमध्ये काम करणाऱ्या गारडेनियाच्या नवऱ्याच्या भावाशी गप्पा मारायला सगळे जमले होते. गप्पांच्या ओघात बॉबेट आणि त्या पाहुण्याचे संभाषण सुरू झाले.

"तुम्ही कोणत्या गावच्या?"

"उत्तर बाल्टिमोर." बॉबेट उत्तरली.

"थट्टा करताय की काय? मी पण त्याच गावचा... तुमचं आडनाव काय?" पाहुणा.

"मी लग्नापूर्वी कुपर, आता माझं आडनाव लॅक्स." बॉबेट.

"तुमचं आडनाव लॅक्स आहे?"

"हो..का?"

"काय मजा आहे..." पाहुणा म्हणाला, "कितीतरी वर्षांपासून मी माझ्या प्रयोगशाळेत काही पेशींवर काम करतोय आणि नुकताच मी एक लेख वाचला, ज्यामध्ये असा उल्लेख आहे – ह्या पेशी हेन्रीएटा लॅक्स नावाच्या स्त्रीच्या आहेत. ह्यापूर्वी हे नाव कधीच ऐकलं नव्हतं मी..."

मोठ्यांदा हसत बॉबेट म्हणाले, "माझ्या सासूचं नावपण हेन्रीएटा लॅक्स आहे; पण तुम्ही नक्कीच तिच्याविषयी बोलत नाहीय, ह्याची मला खात्री आहे; कारण त्यांचा मृत्यू होऊनसुद्धा पंचवीस वर्षं झालीयेत..."

कमालीच्या उत्तेजित स्वरात पाहुणा म्हणाला, "हेन्रीएटा लॅक्स तुमची सासू आहे? कसा झाला त्यांचा मृत्यू? गर्भाशयमुखाच्या कॅन्सरमुळे?"

बॉबेट हसायची थांबली आणि म्हणाली, "हे तुम्हाला कसं समजलं?"

"माझ्या प्रयोगशाळेत असलेल्या पेशी नक्कीच त्यांच्या असणार... हेन्रीएटा लॅक्स नावाच्या कृष्णवर्णीय स्त्रीच्या ह्या पेशी आहेत आणि हॉपकिन्समध्ये पन्नासच्या दशकात तिचा गर्भाशयमुखाच्या कॅन्सरने मृत्यू झाला, हे मला पक्कं ठाऊक आहे."

बॉबेट आपल्या खुर्चीतून जवळ-जवळ उडालीच! मोठ्याने किंचाळत तिने

विचारले, "क्काय? तुझ्या प्रयोगशाळेत तिच्या पेशी आहेत, असं तुझं म्हणणं आहे?"

तिचा धक्का थांबवण्याच्या इराद्याने तिचे हात धरत तो म्हणाला, "बाकीच्या लोकांप्रमाणे मीही ऑर्डर देऊन त्या मागवून घेतल्या..."

"काय सांगतो आहेस तू? इतरांप्रमाणे म्हणजे? ऑर्डर दिली ती कोणाला? माझ्या सासूच्या पेशी अशा कोणाकडे ऑर्डर देऊन मिळतात?" बॉबेटने एकामागून एक प्रश्नांचा मारा सुरू केला...

तिच्यासाठी हे एका दुःस्वप्नासारखे होते. टस्कगीमध्ये सुरू असलेल्या सिफिलीसच्या अभ्यासाविषयी तिने वाचले होते. चाळीस वर्षांनंतर तो अभ्यास शासनाने बंद केला होता. आणि आता हा पाहुणा हेन्रीएटाच्या पेशीविषयी, त्याच्यावर जागोजागी सुरू असलेल्या संशोधनाविषयी सांगत होता. आणि जिच्या पेशींवर हे संशोधन सुरू होते तिचे कुटुंब? ते ह्या सगळ्याविषयी ठार अंधारात होते... एकदम अनभिज्ञ... आजवर हॉपकिन्सबद्दल ज्या भयकथा तिने ऐकल्या होत्या, त्या सगळ्या खऱ्या आहेत आणि तिच्या आयुष्यातपण अशी एक भयकथा घडते आहे, असे तिला वाटू लागले... ते हेन्रीएटाच्या पेशींवर संशोधन करीत होते, ह्याचा अर्थ ते तिची मुले आणि नातवंडे ह्यांच्यापासून फार दूर नव्हते... ते कधीही कदाचित त्यांच्यापर्यंत येऊ शकले असते... हेन्रीएटाच्या पेशी इतर पोषक द्रव्यांना कशा दूषित करीत आहेत अन् त्यामुळे ह्या पेशीं सध्या कशा चर्चेत आहेत, ते तो पाहुणा तिला सांगत होता. पण बॉबेट मात्र आपल्याच विचारांमध्ये होती... ती पेशीरूपाने आजही जिवंत असताना तिच्या कुटुंबाला हे कोणीच कसे सांगितले नाही आजवर? ह्या पेशी तिने स्वेच्छेने दिल्या असतील का, हा प्रश्न इतर अनेक संशोधकांप्रमाणे आजवर ह्या पाहुण्याला कधीच पडला नव्हता. आता मात्र त्याला त्याचा खेद वाटत होता. "मला हे ठाऊक असतं, तर किती बरं झालं असतं?" तो बॉबेटला म्हणाला. पण एव्हाना बॉबेतं, त्या संभाषणातून कधीच बाहेर पडली होती... "माफ करा... मला जायला हवं..." असे म्हणत ती घरी पळाली आणि दरवाजा धाड्कन ढकलत लॉरेन्सला बघत ओरडली, "तुझ्या आईचा काही अंश... जिवंत आहे तो..." ती नेमके काय बोलत आहे, ते काहीच न उमजलेल्या लॉरेन्सने आपल्या वडलांना बोलावून बॉबेट काय म्हणतेय ते सांगितले. हेन्रीएटा जिवंत? छे..छे.. आपणच तिचा मृतदेह क्लोव्हरच्या त्या थडग्यात बघितला की... मग त्यांनी तिला पुन्हा बाहेर काढले? का तिचे शवविच्छेदन करताना त्यांनी काही केले? डे भांबावून गेला होता... मग लॉरेन्सने हॉपकिन्समध्ये फोन केला आणि विचारले, "मी माझ्या आईविषयी – हेन्रीएटा

लॅक्सविषयी चौकशी करायला फोन केलाय... तुमच्याकडे तिचा काही भाग जिवंत आहे म्हणे...'' फोन घेणाऱ्या ऑपरेटरला तिच्यासमोर असलेल्या पेशंट नोंदवहीत कुठेच हे नाव आढळेना. लॉरेन्सने फोन ठेवून दिला; पण आता कोणाकडे ही माहिती विचारावी, हेच त्याला कळेना...

◆

लॉरेन्सने हॉपकिन्सला फोन केल्यानंतर काही महिन्यांतच संशोधकांच्या एका गटाची बैठक येल विद्यापीठात सुरू होती. 'मानवी जीन मॅपिंग' ह्या विषयावर होणाऱ्या पहिल्या आंतरराष्ट्रीय परिषदेसाठी हे संशोधक जमले होते. मानवी जीनोम प्रकल्पाच्या दिशेने टाकलेले हे पहिले पाऊल होते. हे सगळे संशोधक एकाच मुद्द्यावर चिंतित होते आणि ते म्हणजे हेला पेशींचे अन्य पेशींवर होणारे आक्रमण. कोणाला तरी एकाला ह्यावर एक तोडगा सुचला. हा तोडगा होता, हेन्रीएटाच्या वैशिष्ट्यपूर्ण जनुकीय खुणा (जेनेटिक मार्कर्स) मिळवणे आणि त्याच्या आधारे कोणत्या पेशी अस्सल ते निश्चित करणे. पण ह्यासाठी तिच्या कुटुंबातील कोणाचे तरी – शक्यतो तिचा नवरा (कारण तो तिचा चुलतभाऊ होता) अन् मुले ह्यांचे डीएनए नमुने गरजेचे होते. 'हेला'शी त्यांची तुलना करून त्याच्या आधारे हेन्रीएटाचा जनुकीय नकाशा तयार करणे शक्य झाले असते. हेन्रीएटाचे नाव सर्वप्रथम जाहीर करणारा शास्त्रज्ञ व्हिक्टर मॅकक्युसिक त्या गटात होताच. तो म्हणाला, "मी ह्या कामात मदत करू शकतो." "ती कशी?" इतरांनी विचारले. "हेन्रीएटाचा पती आणि मुले ही सगळी हॉपकिन्समध्ये वेळोवेळी उपचारासाठी येतात, त्यामुळे त्यांना शोधणं अवघड नाही." ह्या हॉस्पिटलमध्ये काम करणारा एक डॉक्टर ह्या नात्याने त्याला हॉस्पिटलमधील रुग्णांचा तपशील आणि संपर्कपत्ता मिळवणे सहज शक्य होते. तिथे उपस्थित सगळेच संशोधक एकदम रोमांचित झाले. हेन्रीएटाच्या डीएनए पर्यंत पोचता आले; तर हेला पेशींमुळे दूषित झालेल्या अन्य पेशी शोधता येणार होत्या, शिवाय हेला पेशींचा एका नव्या दृष्टीने अभ्यास करता आला असता. मॅकक्युसिकने ही जबाबदारी स्वीकारली आणि एका फेलोकडे – सुसान हसूकडे वळून बघत तो म्हणाला, "बाल्टिमोरला जाशील, तेव्हा आधी हे काम हातात घे..." ह्या संशोधनाची माहिती त्या कुटुंबाला देण्याची गरज नाही, असेही त्याने सुसानला सांगितले. बैठक संपवून परत जाताच सुसारनने डेला फोन केला. त्याने ह्या फोनचा नेमका कोणता अर्थ लावला? नंतर डे सांगत होता, "ज्यांनी फोन केला, ते म्हणाले, त्यांना माझी बायको मिळाली आहे आणि तिचा काही भाग जिवंत आहे. ते पुढे असेही म्हणाले, ते तिच्यावर काहीतरी प्रयोग

करतायत आणि आता, तिला जो कॅन्सर झाला होता, तोच माझ्या मुलांना झालाय का, ह्याची त्यांना तपासणी करायची आहे.'' कॅन्सरसंदर्भात मुलांची तपासणी करायची आहे – असे सुसानने कधीच म्हटले नव्हते. कारण तशी कोणती तपासणी मुळी अस्तित्वातच नव्हती आणि असती, तरी मॅकक्युसिकच्या प्रयोगशाळेत ती झाली नसती; कारण मॅकक्युसिक हा जनुकांचा अभ्यास करणारा प्रख्यात शास्त्रज्ञ होता आणि 'हॉपकिन्स' मध्ये जगातील पहिला मानवी जनुक विभाग स्थापन करून त्यात शेकडो जनुकांचा तपशील त्याने जमा केला होता. एच एल ए मार्क्स ह्या विशिष्ट प्रथिनासह विविध जनुकीय खुणा (मार्कर) निश्चित करण्यासाठी लॅक्स कुटुंबीयांच्या विशिष्ट पद्धतीने (Somatic cell hybridization)चाचण्या करून नेमक्या हेला पेशी शोधून काढण्यासाठी ते प्रयत्न करीत होते आणि फोनवर तेच डेला सांगण्याचा प्रयत्न सुसान करीत होती. आपल्या पत्नीने पेशीसंशोधनात जे महत्त्वपूर्ण योगदान दिले आहे, त्याची आणि हेला सेल लाईनची जाणीव ह्या कुटुंबाला आहे – असे तिला वाटत होते. प्रत्यक्षात मात्र परिस्थिती भलतीच वेगळी, किंबहुना उलटी होती. जेमतेम चार वर्षे शाळेचे तोंड बघितलेल्या आणि शास्त्र नावाच्या विषयाची तोंड ओळखसुद्धा नसलेल्या डेला एकच 'सेल' ठाऊक होता, झकारिया ज्या हॅंगर्सटाऊनमधील तुरुंगात राहत होता तो सेल! त्यामुळे डॉक्टर जे काही सांगतायत, ते समजत नसे; तेव्हा तो एकच गोष्ट करीत असे, होकारार्थी मन हलवणे.

सुसानचा फोन संपताच डेने लॅरेन्स, सोनी आणि डेबोरा ह्यांना फोन करून ''तुमच्या आईला जो कर्करोग झाला होता, तो तुम्हालापण झालाय का – ह्याची तपासणी करण्यासाठी प्रत्येकाचं रक्त घ्यायला हॉपकिन्सचे डॉक्टर घरी येणार आहेत. तेव्हा सगळ्यांनी घरी या.'' असा निरोप प्रत्येकाला दिला. हेन्रीएटाचे निधन झाल्यावर तिचे शवविच्छेदन करण्यासाठी डेने डॉक्टरांना संमती दिली होती. त्याचा मुलांना कधीतरी फायदा होईल, असे त्यावेळी डॉक्टर म्हणाले होते. आत्ता हा फोन घेताना ते डॉक्टर खरेच बोलत होते, असेच त्याच्या मनात आले. हेन्रीएटाला कर्करोग झाल्याचे निदान प्रथम झाले, तेव्हा झकारिया तिच्या पोटात होता आणि तेव्हापासूनच हेन्रीएटाच्या संतापी स्वभावाची चुणूक त्याच्यामध्येसुद्धा दिसत होती. आता डेबोरा चोवीस वर्षांची होत आली होती, म्हणजे हेन्रीएटाचा मृत्यू ज्या वयात झाला झाला जवळपास त्याच वयाची... तिची पण तपासणी करण्याची वेळ आली असणार, म्हणूनच त्यांनी हा फोन केला असणार... डेचे विचारचक्र चालू होते... पण फोनवर डे जे बोलला, ते ऐकून डेबोरा मात्र अंतर्बाह्य हादरली. आपली आई तिसाव्या वर्षी आजारी पडली, हे तिला ठाऊक होते;

त्यामुळे आपल्या आईला ह्या वयात जो आजार झाला, तो आपल्याला सुद्धा होणार – ह्या भावनेने तिला स्वत:च्या तिसाव्या वाढदिवसाची मनातून प्रचंड भीती वाटत होती. आपण जसे आपल्या आईविना वाढलो, तसे आपल्या मुलांनी वाढण्याची कल्पनासुद्धा तिला सहन होत नव्हती. तिच्या दोन मुलांपैकी लातोन्या दोन वर्षांची तर आल्फ्रेड सहा वर्षांचा होता. आणि मुलांचा बाप – चित्ता मुलांकडे ढुंकून बघत नव्हता, जबाबदारी घेणे फार दूर... दिवसा एक आणि रात्री एका बर्गरच्या दुकानात काम करून घर चालवणारी डेबोरा रात्री मुलांना घेऊन दुकानात जात असे. मुले आणि त्यांचे भविष्य हेच तिचे आयुष्य होते; त्यामुळे आपल्याला कॅन्सर झाल्यास आपल्या वाट्याला जे हलाखीचे बालपण आले, तसे आपल्या मुलांच्या वाट्याला येईल, या धास्तीने ती कमालीची अस्वस्थ झाली होती.

सुसानच्या फोननंतर काही दिवसांतच डे, सोनी, लॉरेन्स आणि डेबोरा सगळे लॉरेन्सच्या घरी एकत्र जमले आणि मॅकक्युसिकच्या प्रयोगशाळेतून आलेल्या डॉक्टरने सर्वांचे रक्त परीक्षानळीत घेतले. झकारिया ज्या हँगर स्टोन तुरुंगात आहे, तिथे एखादी नर्स पाठवून त्याचासुद्धा रक्ताचा नमुना मिळवून देण्याची विनंती एका पत्राद्वारे ह्या प्रयोगशाळेने त्यानंतर लॉरेन्सला केली. पुढे कित्येक दिवस डेबोरा वारंवार हॉपकिन्स हॉस्पिटलमध्ये फोन करीत होती आणि फोन उचलल्यावर, ''मी माझ्या कॅन्सरचाचणीचा निकाल जाणून घेण्यासाठी फोन करतेय. काही समजलं का?'' असे अधीरतेने विचारीत होती. पण अर्थातच, ती कोणत्या चाचणी बद्दल विचारते आहे, ते त्या टेलीफोन ऑपरेटरला समजत नव्हते आणि तिला नेमके कोणाशी बोलण्यासाठी जोडून द्यावे, हेही समजत नव्हते. संशोधन करण्यासाठी हॉपकिन्स कृष्णवर्णीय लोकांचा वापर करीत असल्याबद्दल, एवढेच नाही तर आजाराचे रोगजंतू असलेली इंजेक्शने लोकांना दिली जात असल्याबद्दल एक लेख तिने 'जेट'मध्ये वाचला आणि मग तर ती हादरलीच. आपल्या सगळ्या कुटुंबाचे रक्त तपासण्यासाठी घेतले असेल की आपल्या आईचा मृत्यू ज्या आजाराने झाला, त्याचे जंतू आपल्यापण शरीरात टोचले असतील? भीतीने तिची अक्षरश: झोप उडाली. आपल्या वडिलांना तिने आईच्या मृत्यूबद्दल, आजाराबद्दल, तिला मिळालेल्या उपचाराबद्दल असंख्य प्रश्न विचारून भंडावून सोडले. हेन्रीएटा आजारी कशी पडली? तिच्या मृत्युप्रसंगी काय घडले? त्यावेळी डॉक्टरांनी तिला काय केले? तिच्या वडिलांनी तिला जी उत्तरे दिली, ते ऐकून तिच्या मनातील भीती आणखी दृढ झाली. डे तिला म्हणाला, हेन्रीएटा अजिबात आजारी दिसत नव्हती, पण ती म्हणाली म्हणून

आपण तिला हॉपकिन्स हॉस्पिटलमध्ये घेऊन गेलो, तिथे त्यांनी तिच्यावर उपचार सुरू केले, त्यानंतर तिचे पोट कोळशासारखे काळेठिक्कर पडले आणि मग ती मेली... सॅडीने असेच काहीसे पुन्हा सांगितले आणि बाकीच्या भावंडांकडून काही वेगळे समजले नाही. पण तिने जेव्हा आईच्या कॅन्सरचा प्रकार कोणता होता, तिला काय उपचार दिले आणि तिचा कोणता भाग आता जिवंत आहे – हे प्रश्न विचारले; तेव्हा मात्र तिच्या कुटुंबाकडे या प्रश्नांची उत्तरे नव्हती. त्यामुळे जेव्हा मॅकक्युसिकच्या एका सहकाऱ्याने तिला पुन्हा रक्त देण्यासाठी हॉपकिन्समध्ये बोलावले, तेव्हा ती आपल्या प्रश्नांची उत्तरे मिळवण्याच्या इराद्यानेच गेली. आपल्या कुटुंबाकडून ज्या प्रश्नांची उत्तरे मिळत नाहीयत, ती प्रयोगशाळेतील शास्त्रज्ञ देतील, याची तिला खात्री होती. अधिक रक्त घेण्यासाठी फक्त आपल्याला बोलावले, याचा अर्थ आईला जो आजार झाला, तो आपल्या घरातील पुरुषांना होणार नाही; पण एक स्त्री म्हणून आपल्याला होऊ शकतो – हे गृहीत धरूनच ती गेली... आपली 'कॅन्सरची तपासणी' करून घेण्यासाठी...

हॉपकिन्समध्ये रक्त देण्यासाठी गेलेल्या डेबोराला प्रयोगशाळेत मॅकक्युसिक भेटले; तेव्हा तिचा हात हातात घेऊन हेन्रीएटाने विज्ञानाला केलेली मदत किती महत्त्वाची आहे, ते सांगायला त्यांनी सुरूवात केली; पण डेबोराला तिच्या प्रश्नांची उत्तरे आधी हवी होती. तिची आई कशी आजारी पडली? तिचा एक भाग जिवंत आहे म्हणजे काय? तिने विज्ञानाला काय मदत केली? आणि रक्ताच्या इतक्या चाचण्या आपल्याला करायला लागतायत, याचा अर्थ आपण आपल्या आईसारखे तरुण वयातच मृत्युमुखी पडणार आहोत का? डेबोराकडून पुन्हा रक्त घेण्याची गरज का पडली, याबाबत मॅकक्युसिक काही बोलले नाही; पण जनुकावरील संशोधनासाठी, पोलियोवर लस शोधण्यासाठी हेन्रीएटाच्या पेशींचा कसा अन् किती उपयोग झाला, अंतराळातील मोहिमेमध्ये या पेशी कशा गेल्या आणि अणुबाँबच्या चाचणीसाठी कसा त्यांचा वापर केला गेला – हे मात्र त्याने तिला आवर्जून सांगितले. तेव्हा आपली आई चंद्रावर गेलीय आणि तिथे तिला बाँबने उडवले आहे – अशी दृश्ये डेबोराच्या डोळ्यापुढे आली आणि ती अधिकच हादरली. संशोधनासाठी हे शास्त्रज्ञ आपल्या आईवर जे प्रयोग करतायत, त्याचा तिला किती त्रास होत असेल – या आणखी एका नव्या चिंतेने तिला ग्रासले! मग पेशी नावाच्या प्रकरणाची नीट माहिती घेतलीच पाहिजे, असे तिला वाटले आणि तिने तसा प्रश्न मॅकक्युसिक यांना विचारला. त्यांनी तिच्यापुढे 'मेडिकल जेनेटिक्स' नावाचे त्यांनीच संपादित केलेले पुस्तक ठेवले. त्या विषयावरचे त्या वेळचे ते सर्वात महत्त्वाचे पुस्तक होते. पुस्तकाच्या आतील पानावर आपली सही आणि

फोन नंबर लिहून ते पुस्तक तिला देताना ते म्हणाले, "तुझ्या सगळ्या प्रश्नांची उत्तरं तुला या पुस्तकात मिळतील." पुस्तकाच्या दुसऱ्याच पानावर असलेल्या प्रस्तावनेत कमरेवर हात ठेवलेल्या हेन्रीएटाचा फोटो आणि तिच्याबद्दलचा उल्लेख होता. समजण्यास अतिशय अवघड असे इंग्लिश शब्द आणि तेवढीच मोठी, गुंतागुंतीची अवघड वाक्ये समजणे डेबोराला अशक्यच होते. पुस्तक वाचण्याचा कोणताही प्रयत्न न करता ती त्या पुस्तकात छापलेल्या तिच्या आईच्या फोटोकडे बघत राहिली. तिने यापूर्वी हा फोटो कधीच बघितला नसताना तो मॅकक्युसिक यांना कसा मिळाला, याचे तिला आश्चर्य वाटत होते. आपण तो फोटो त्यांना दिला नाही, असे डे आणि तिची भावंडे शपथेवर सांगत होती. कदाचित हार्वर्ड जोन्स ह्यांनी हेन्रीएटाकडे फोटो मागितला असेल आणि मग तो तिच्या वैद्यकीय अहवालात चिकटवला असेल, असे डेला वाटत होते. पण तो फोटो प्रसिद्ध करण्याची परवानगीसुद्धा कोणी त्यांच्याकडे मागितली नव्हती!

ज्या दिवशी डेबोरा रक्त देण्यासाठी मॅकक्युसिकच्या कार्यालयात गेली, २६ जून १९७४, त्याच्या चारच दिवस आधी, म्हणजे २२ तारखेला एक महत्त्वाचा फेडरल कायदा अस्तित्वात आला. फेडरलने ज्यांना अर्थसाहाय केले आहे, अशा सर्व संशोधनांसाठी Institutional Review Board (IRB)ची माहितीपूर्ण संमती आवश्यक झाली. 'फेडरल रजिस्टर'मध्ये प्रसिद्ध झालेल्या हा कायदा 'subjects at risk' म्हणजे संशोधनासाठी सहकार्य करणाऱ्या आणि त्या निमित्ताने ज्याला शारीरिक, मानसिक किंवा सामाजिक इजा होण्याची शक्यता आहे, अशा 'धोका पत्करणाऱ्या' विषयांना म्हणजे माणसांनासुद्धा लागू झाला होता. सोप्या शब्दात सांगायचे तर, संशोधन करण्यासाठी एखाद्या रुग्णाचे रक्त घेणे किंवा पेशींचा नमुना घेणे हे त्या रुग्णाच्या परवानगीशिवाय अशक्य झाले असते. या कायद्यातील 'धोका पत्करणे' ह्या संकल्पनेबाबत बरीच गरमागरम चर्चा सुरू होती. कारण नव्याने सुरू झालेल्या जनुकावरील संशोधनामुळे 'रुग्णाच्या जिवाला धोका' या संकल्पनेवरच प्रश्नचिन्ह निर्माण केले होते. रक्त घेताना सुई टोचताना होऊ शकणाऱ्या संसर्गाचा धोका हा तुलनेने फार किरकोळ धोका वाटावा, असा दुसरा धोका या संशोधनामुळे समोर ठाकला होता आणि तो होता एखाद्या व्यक्तीच्या खासगी आयुष्याबाबत उघड होणाऱ्या माहितीचा. रक्ताच्या नमुन्यातून किंवा अगदी शरीरातील एका पेशीमधूनसुद्धा त्या व्यक्तीची सगळी जनुकीय कुंडली उलगडत असल्यामुळे इथे प्रश्न त्या व्यक्तीच्या खासगी आयुष्यावर या संशोधनामुळे होणाऱ्या आक्रमणाचा होता.

आपल्या रक्ताचे नमुने घेणारी सुसान किंवा मॅकक्युसिक हे आपल्या कुटुंबाला

कॅन्सर होणार नाही ना, याची तपासणी करीत आहेत – असा लॅक्स कुटुंबीयांचा समज असल्याचे काही काळानंतर सुसानला समजले. या कुटुंबाला माहिती न देता हेन्रीएटाच्या पेशींचा वापर केला गेला, याबद्दल हे कुटुंब नाराज असल्याचे तिला समजले; तेव्हा तिला आश्चर्याचा मोठा धक्का बसला. "त्यांना हे समजणार नाही, असा आम्ही कधी विचारच केला नाही!" असे म्हणत ती हळहळ करीत राहिली.

प्रश्न पुन्हा हाच होता, रुग्णाला विश्वासात न घेता त्याचा संशोधनासाठी वापर करायचा का? तो अधिकार संशोधनाला आहे का?

□□

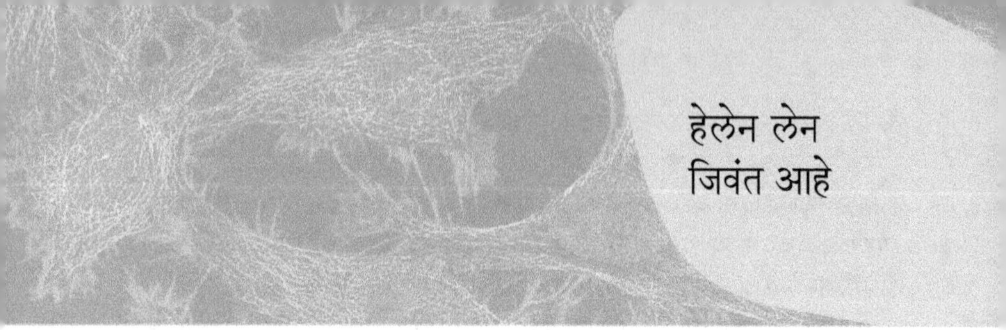

हेलेन लेन जिवंत आहे

‘हेला पेशींची जीवनेच्छा इतकी प्रबळ आहे की, त्या घरात भांडी घासण्याच्या सिंकच्या पाईपमध्ये किंवा दरवाजाच्या बाहेर लावल्या जाणाऱ्या नॉबवरसुद्धा वाढू शकतील!’ असे साठीच्या शतकातील संशोधक थट्टेने म्हणू लागले होते. हेला पेशींनी इतर पेशींवर केलेल्या आक्रमणाविषयी संशोधनक्षेत्रात वादळ उठलेले होते. पण या सगळ्या घडामोडी घडत असताना ज्या कुटुंबाचा या पेशींशी रक्ताचा संबंध होता, ते लॅक्स कुटुंबीय मात्र याविषयी पूर्णपणे अंधारात होते. जणू काही ते या ग्रहावर राहतच नव्हते! मायकेल रॉजर्स या तरुण पत्रकाराने ‘रोलिंग स्टोन’ या नियतकालिकात लिहिलेला भला मोठा वृत्तांत प्रसिद्ध झाला आणि या कुटुंबाच्या आयुष्यात उलथापालथ झाली! मायकेलला ह्या पेशी प्रथम ‘भेटल्या’ त्या एका स्वच्छतागृहाच्या भिंतीवर! ‘हेलेन लेन जिवंत आहे’ अशा आशयाचे काहीतरी त्या भिंतीवर खरडलेले वाचल्यावर उत्सुक होऊन त्याने हेला पेशींबद्दल जे मिळेल ते वाचायला सुरवात केली. त्यात हेला पेशींनी इतर पेशींवर केलेल्या आक्रमणाबद्दलही बरेच काही होतेच. ते वाचता-वाचता त्या घटनेतील वेगळेपण, थरार त्याला जाणवला आणि त्याला पाठपुरावा करण्यासाठी एक रसरशीत विषय मिळाला. आधुनिक शास्त्रात सुरू असलेली संशोधने आणि त्याचा मानवी चेहरा ह्या विषयांमध्ये रस असलेल्या ‘रोलिंग स्टोन’ला आवडेल असा. हेलेन लेनचे गूढ उकलण्याच्या दिशेने पहिला प्रयत्न म्हणून त्याने पहिला फोन केला तो जॉर्ज गेची पत्नी मार्गरिट हिला. पण तिथे त्याच्या वाट्याला निराशाच आली. हेन्रीएटा विषयी बोलण्यास फारशा उत्सुक नसलेल्या मार्गरिटकडून जेव्हा काहीच हाताशी लागत नाहीये, हे जाणवले; तेव्हा त्याने बाल्टिमोरमधील आपल्या हॉटेलच्या खोलीमध्ये बैठक मारून शोध सुरू केला आणि त्याला लॉरेन्सचा नंबर सापडला. हा नंबर मिशेलला लॉरेन्सच्या घरापर्यंत आणि सगळ्या कुटुंबापर्यंत घेऊन गेला. त्या कुटुंबाच्या मुलाखती घेण्याच्या तयारीने तिथे गेलेल्या मायकेलला आपले प्रश्न

उपस्थित करण्यापूर्वी लॅक्स कुटुंबीयांकडूनच त्याच्यावर प्रश्नांचा भडिमार सुरू झाला. आपले रक्त घेऊन जाणारे डॉक्टर नेमके काय करतायत हेच न समजल्याने संभ्रमात पडलेल्या या सगळ्यांनी उपस्थित केलेले प्रश्न ऐकता-ऐकता मायकेलला जाणवले, या लोकांना फक्त कामापुरते वापरले गेलेय... आणि ते काम नेमके कोणते, ते यांच्यापैकी कोणालाही समजले नाहीय... लॉरेन्सने त्याला विचारले, "मला या पेशी नावाच्या गोष्टीचे कुतूहल वाटतेय... त्या खूप सशक्त, बलवान आहेत आणि म्हणून त्या इतर कोणाला जगू देत नाहीयत – असे लोक म्हणतात. हे चांगलं की वाईट? याचा अर्थ आम्ही आजारी पडलो, तरी अधिक काळ जगणार का?" तेव्हा मायकेल त्यांना म्हणाला, "या पेशी अमर आहेत, याचा अर्थ तुम्ही सगळे अमर होणार – असा नाही... आणि तुमची आई कॅन्सरने गेली, याचा अर्थ तुम्ही सगळे कॅन्सरने मारणार – असाही नाही..." पण त्याचे हे म्हणणे त्या सगळ्यांना किती समजले, याबद्दल तो स्वत:च साशंक होता... या पेशी अजून जिवंत आहेत, याबद्दल कोणाची त्यावेळी काहीच तक्रार नव्हती. उलट कोणाला तरी त्याची मदत होतेय, याचा आनंदच लॉरेन्सने व्यक्त केला. पण मायकेलचा लेख छापून आला आणि त्यातील एका परिच्छेदाने परिस्थिती आरपार बदलली! त्यात मिशेलने लिहिले होते,

'जगभरातील संशोधन संस्थांनी या सेल लाईन्स उसन्या मिळवल्या, त्या मिळाव्या यासाठी कुठे-कुठे याचना केली, त्या इकडून तिकडे अनेक ठिकाणी पाठवल्या गेल्या आणि त्यांचा व्यापारसुद्धा झाला... आता शासकीय मदत ज्या संशोधन संस्थाना मिळते, तिथे तर या पेशी मिळतातच; पण २५ डॉलरला एक छोटी बाटली या दराने व्यापारी संशोधनकेंद्रांमध्येसुद्धा मिळतात....' हे वाचताच लॅक्सबंधूंच्या भिवया उंचावल्या... याचा अर्थ जॉर्ज गे आणि हॉपकिन्स हॉस्पिटल यांनी आपल्या आईच्या पेशी चोरल्या आणि त्याच्यावर लाखो डॉलर्स कमावले तर...

प्रत्यक्षात मात्र जॉर्ज गे याला या आपल्या संशोधनाचा वापर पैसे कमवण्यासाठी करण्यात कधीच फारसा रस नव्हता, असे त्याच्याविषयीच्या उपलब्ध माहितीवरून दिसते. त्याचा या विषयाकडे असलेला कमालीचा ओढा बघता, सेल-कल्चर करणारी प्रयोगशाळा उभी करून ती व्यापारी तत्त्वावर चालवण्याची विनंती त्याला १९४०च्या सुमारास करण्यात आली होती; पण त्याने ती फेटाळून लावली. त्याच्या प्रयोगशाळेत त्याने जो एक फिरता ड्रम तयार केला होता आणि जो अगदी आत्ता-आत्तापर्यंत प्रयोगशाळेत वापरला जात होता, त्याचे पेटंट घेण्याससुद्धा त्याने नकार दिला होता. आयुष्याच्या अखेरीपर्यंत अतिशय सामान्य आर्थिक

परिस्थिती आणि तशीच जीवनशैली जगणाऱ्या गे याने त्याच्या आणि मार्गरेटच्या विवाहाच्या तिसाव्या वर्धापनदिनी मार्गरेटला शंभर डॉलरचा एक चेक भेट दिला. त्यासोबत त्याने लिहिलेली चिट्ठी त्यांच्या आर्थिक स्थितीवर प्रकाश टाकते, गे ने लिहिले होते, 'पुढची ३० वर्षे इतकी खडतर नसतील... लव्ह. जॉर्ज'... संशोधनाच्या निखळ आनंदाखेरीज अन्य काहीच हेन्रीएटाच्या पेशींनी जॉर्ज गेला दिले नाही तसेच हॉपकिन्स हॉस्पिटलनेसुद्धा या पेशींमुळे एका सेंटचीसुद्धा कमाई केली नाही. पण याचा अर्थ या पेशींचा व्यापार झालाच नाही, असे मात्र अजिबात नाही. मायक्रोबायोलॉजीकल असोसिएट्स, जिचे रूपांतर पुढे इंव्हीट्रोजेन आणि बायोव्हीटकर या जगातील बलाढ्य बायोटेक कंपनीत झाले, या कंपनीने प्रथम या पेशींची विक्री सुरू केली. अमेरिकन पेटंट आणि ट्रेडमार्क ऑफीसमधील तपशील बघितला तर, आजघडीला किमान सतरा हजाराहून अधिक पेटंट्समध्ये हेला पेशींचा सहभाग असल्याचे आढळते आणि हा आकडा त्यातील उलाढालीचा अंदाज देण्यासाठी अगदी पुरेसा आहे. अमेरिकन टाईप कल्चर कलेक्शन या विविध शास्त्रीय संशोधनासाठी मदत करणाऱ्या स्वयंसेवी संस्थेने साठच्या दशकापासून हेला पेशींची विक्री सुरू केली. २००८ सालच्या सुमारास या पेशींची एका वायलची (बाटली) किंमत होती २५६ डॉलर तर आजची किंमत आहे एका वायलसाठी ३८५ डॉलर. दरवर्षी हेलाच्या विक्रीतून या संस्थेने आजवर किती पैसे कमवले हे ही संस्था निश्चितच जाहीर करणार नाही, पण संशोधनाच्या क्षेत्रात जगभरात हेला पेशींना असलेली कमालीची मागणी बघता त्या अवाढव्य उत्पन्नाचा अंदाज लावण्यासाठी फारशा हुशारीची गरज नाही. लॅक्सबंधूंना या व्यवहाराची कल्पना असणे शक्यच नव्हते; पण कोणीतरी कुठेतरी आपल्या आईच्या पेशी विकून पैसे कमवते आहे, हे त्यांच्या मानाने पक्के घेतले होते. मग आपल्याला 'न्याय मिळावा' (थोडक्यात या विक्रीतून मिळणाऱ्या पैशातील वाटा मिळावा) यासाठी त्यांनी एक खास असा उपाय शोधला. हेला पेशी विकून हॉपकिन्स हॉस्पिटलने जो नफा कमवला, त्यातून त्यांनी आपला वाटा आपल्याला द्यावा – अशी मागणी करणारे एक छोटेसे पत्रक त्यांनी छापून घेतले आणि लॉरेन्सच्या दुकानात येणाऱ्या प्रत्येक गिऱ्हाइकाला ते पत्रक देऊ लागले.

हे सगळे घडत असताना त्यांचा तिसरा भाऊ जे करीत होता, ते तर फारच मजेशीर होते. झकेरिया त्यावेळी हॉपकिन्समध्ये सुरू असलेल्या विविध संशोधनानांसाठी स्वेच्छेने 'स्वयंसेवक' म्हणून स्वतःचे शरीर वापरायला देत होता! अशा प्रकारच्या स्वयंसेवकांची हॉस्पिटलला गरज असल्याची एक छोटीशी जाहिरात त्याने वाचली आणि त्याला जाणवले, थोडेसे पैसे, कधी दोन वेळेला जेवण तर कधी रात्री

झोपण्याची सोय देणारे हे काम त्याच्यासाठी फारच सोयीचे होते. पहिल्यांदा त्याने मलेरियाच्या एका नव्या संशोधनाच्या चाचणीत भाग घेतला, कारण त्याला चष्मा घेण्यासाठी पैसे हवे होते! मग एका एड्स चाचणीत सहभाग घेतल्यास एक आठवडाभर हॉस्पिटलमध्ये मुक्कामाची सोय होणार आहे, हे समजल्यावर त्याने त्यातपण आपले नाव नोंदवले. पण संशोधकांनी इंजेक्शन देण्याच्या गोष्टी सुरू केल्या, तेव्हा मात्र त्याने या सगळ्या प्रकरणातून पळ काढला; कारण आपल्याला एड्सचे इंजेक्शन दिले जाईल, अशी त्याला भीती वाटली. गमतीची बाब म्हणजे, हे सगळे घडत असतांना हेन्रीएटाचा मुलगा आपल्या चाचणीत सहभागी होतोय, हे कोणत्याही डॉक्टरला ठाऊक नव्हते. कारण झकेरियाचे नाव आणि त्याचा धर्म. चुकून जरी या डॉक्टरांना ते समजले असते, तर नक्कीच त्यांनी त्याला हे काम सोडू दिले नसते!

हेला पेशींनी कोणाला किती नफा मिळवून दिला आणि कोणाला किती श्रीमंत केले, या चर्चेत डेबोराला मात्र अजिबात रस नव्हता. आपल्या आईच्या पेशींबद्दल समजल्यापासून ती फक्त या घटनेबद्दल अधिक, नेमके जाणून घेण्यास उत्सुक होती. तिने आपल्या डायरीत केलेल्या या काळातील नोंदी कमालीच्या हृद्य आहेत. कधी तिच्या आईबद्दल तिने जी काळजी व्यक्त केली आहे, ती वाचून कोणीही हेलावून जाईल. ती लिहिते, 'ज्यांच्याकडे तिच्या पेशी आहेत, ते त्या पेशींचे काय करतायत, हे आम्हाला समजले पाहिजे... हे सगळे फारच धक्कादायक आहे... आणि माझ्या प्रश्नांना कोणीही उत्तर देत नाहीय. मला याच्याबद्दल काहीतरी म्हणायचे आहे. त्या थंड रक्ताच्या डॉक्टरांनी माझ्या आईला ज्या यातना दिल्या, त्या तिने कशा सहन केल्या असतील... रेडिएशनचे उपचार देताना त्यांनी तिला कसे भाजून काढले... आणि हे सर्व सहन करीत असताना तिच्या मनात काय येत असेल? ती मृत्युपंथावर असताना तिचे सर्वात लहान मूल टीबीच्या उपचारांसाठी हॉस्पिटलमध्ये, सर्वात मोठे मूल दुसऱ्या हॉस्पिटलमध्ये, अडनिड्या वयाची तीन मुले घरी आणि या सर्वांना पोटभर जेवण मिळावे म्हणून वडील कामावर होते... आणि ती मृत्युपंथावर... फक्त काळ्या लोकांसाठी असलेल्या वॉर्डमध्ये... ज्या दिवशी ती मृत्युमुखी पडली; त्या दिवशी तिच्या शरीरातील अनेक पेशी हॉस्पिटलने ओरबाडून घेतल्या, त्या स्वत:जवळ ठेवल्या आणि ज्यांना हव्या त्यांना वाटल्या... वीस वर्षे आम्हाला अंधारात ठेवून... त्यांनी त्या देणगी म्हणून दिल्या, असे ते म्हणतात; पण हे खरे नाही... खरे नाही... अगदी नाही... माझ्या वडलांनी कोणत्याही कागदावर सह्या केल्या नाहीत. असतील तर मला पुरावा हवाय त्याचा...' आपल्या आईच्या पेशींबद्दल अधिकाधिक माहिती

मिळवणारी डेबोरा जशी या विषयात अधिक खोलात जाऊ लागली, तशी हेलाच्या मदतीने झालेले संशोधन वाचून ती भयभीत होऊ लागली. हेला पेशी आणि तंबाखूच्या झाडाच्या पेशींचे संकर करण्याचा प्रयत्न झाल्याचा उल्लेख तिने 'न्यूजवीक' नावाच्या मासिकातील 'पीपल-प्लांट' या लेखात वाचल्यावर ती हबकून गेली. आपली आई आणि झाड अर्धे-अर्धे अशा काहीशा स्वरूपातील मानव-झाडाचा राक्षस त्यांनी निर्माण केला असावा, असे तिला वाटत होते. एबोला किंवा एड्स या आजारावरील संशोधनासाठी हेला पेशींचा वापर सुरू आहे, असे जेव्हा तिला समजले; तेव्हा या प्रत्येक आजारामुळे होणाऱ्या वेदना आपल्या आईला सहन कराव्या लागत आहेत, या कल्पनेने ती व्याकूळ होत होती. हेन्रीएटाच्या मृत्यूचे नेमके कारण समजावे, यासाठी मुलगी म्हणून तिने हॉपकिन्सकडे तिच्या आईच्या वैद्यकीय अहवालाची एक प्रत मागावी – असे तिला काही जणांनी सुचवले होते; पण त्यातून आपल्यासमोर जे येईल ते सहन करण्याची ताकद आपल्याकडे आहे की नाही, ह्याची खात्री नसल्याने ते साहस तिने कधीच केले नाही. पण १९८५च्या सुमारास मिशेल गोल्ड या पत्रकाराने लिहिलेले एक पुस्तक तिच्या हातात पडले. त्यात हेन्रीएटाचा तोच फोटो होता, कमरेवर हात ठेवलेला. ते चाळता-चाळता आपल्या आईच्या आजारपणाचे आणि मृत्यूचे आणि त्यानंतर तिच्या शवविच्छेदनाचे तपशील देणारा मजकूर वाचता वाचता डेबोरा साफ कोसळली! आईचे शरीर मधोमध चिरल्यावर तिच्या शरीरावर जागोजागी वाढलेल्या कॅन्सरच्या गाठींचे वर्णन वाचणे तिच्यासाठी कमालीचे वेदनादायक होते. तिची रात्रीची झोप उडाली. या तीव्र दुःखाचे रूपांतर हळूहळू संतापात होऊ लागले. हा संताप होता, एका पत्रकाराच्या हातात हा अहवाल ठेवणाऱ्या, पण ज्याचे नाव तिला ठाऊक नव्हते, अशा अनाम व्यक्तीबद्दल/डॉक्टरबद्दल, ज्याचा चेहरा तिला दिसत नव्हता..! तिला सर्वाधिक त्रास व्हायचा तो तिच्या आईच्या नावाचा चुकीचा उल्लेख व्हायचा त्यावेळी... अनेक संशोधक किंवा पत्रकार 'हेलेन लेन' या नावाने तिच्या आईला संबोधत होते. तिच्या पेशींचा इतका वापर होत असताना, आणि संशोधन क्षेत्रासाठी ह्या पेशी इतक्या महत्त्वाच्या ठरत असताना त्याचे किमान श्रेय तरी तिला मिळावे, ही तिची अपेक्षा अजिबातच अवाजवी नव्हती.

२५ मार्च १९७६ रोजी, म्हणजे हेन्रीएटाच्या मृत्यूनंतर जवळ-जवळ २५ वर्षांनी मायकेल रॉजर्सचा 'रोलिंग स्टोन' मधील लेख प्रसिद्ध झाला आणि हेन्रीएटा आणि तिच्या कुटुंबाची खरीखुरी कहाणी प्रथमच प्रकाशात आली. हेला पेशींची जनक एक कृष्णवर्णीय स्त्री असल्याचे जगाला समजले आणि एकच

खळबळ उडाली. टस्कगीमधील कृष्णवर्णीय लोकांवर केल्या गेलेल्या अमानुष वैद्यकीय प्रयोगांच्या गोष्टी अजून लोकांच्या स्मरणातून गेलेल्या नव्हत्या. 'ब्लॅक पँथर्स' नावाच्या गटाने कृष्णवर्णीय लोकांसाठी ठिकठिकाणी मोफत वैद्यकीय सेवा सुरू केली होती आणि वंशभेदावर आधारित वैद्यकीय सेवेच्या निषेधाचे तीव्र स्वर वातावरणात उमटू लागले होते. अशा वातावरणात हेन्रीएटाच्या कहाणीकडे दुर्लक्ष होणे अशक्यच होते. ही कहाणी होती एका अतिशय सर्वसामान्य काळ्या स्त्रीच्या शरीरातील पेशींनी वैद्यकीय संशोधनाला दिलेल्या अनमोल देणगीची. घटना फार महत्त्वाची होती. रॉजरच्या या लेखानंतर, कॅन्सरविरुद्धच्या लढाईत मोठी भूमिका बजावणाऱ्या या काळ्या स्त्रीकडे जगभरातील पत्रकारांचे लक्ष गेले. दरम्यान लॅक्स कुटुंबाकडून घेतलेल्या रक्ताच्या नमुन्यांच्या आधारे व्हिक्टर मॅकक्युसिक आणि सुसान हसू यांना हेन्रीएटाच्या डीएनएचा नकाशा बनवण्यात यश आले. त्यामुळे संशोधकांची सर्वात मोठी अडचण दूर झाली. हेला पेशी ओळखणे त्यांना सोपे होऊ लागले. संशोधनाच्या मदतीसाठी रक्त किंवा पेशी देणाऱ्या व्यक्तीच्या खासगीपणावर आक्रमण करणे हे सहज शक्य असल्याने हा नकाशा त्या वेळी प्रसिद्ध होऊ शकला. पण असे काही प्रसिद्ध करणे हे नैतिकदृष्ट्या रास्त होते का? गोल्डने हेन्रीएटाचा जो फोटो छापला तो किंवा तिचे वैद्यकीय अहवाल त्याला कोणी दिले, या प्रश्नाचे नेमके उत्तर तो देऊ शकला नाही. 'हावर्ड जोन्स आणि व्हिक्टर मॅकक्युसिक यापैकी कोणाच्या तरी टेबलाच्या खणात मिळाले, पण नक्की कोणाच्या ते आठवत नाही' असे तो मोघमपणे सांगत राहिला. आश्चर्याची बाब म्हणजे, गोल्डला आपण असे काहीही दिले नाही – असे या दोघांचे ठाम म्हणणे होते..! हे वैद्यकीय अहवाल प्रसिद्ध करण्यापूर्वी गोल्ड लॅक्स कुटुंबीयांशी बोलला का? त्याने यासाठी त्यांची परवानगी घेतली का? यावर गोल्डने उत्तर दिले, "मी त्यांना पत्रं लिहिली आणि अनेकदा फोनवर संपर्क करण्याचा प्रयत्न केला, पण बहुदा मला मिळालेला पत्ता किंवा फोन नंबर चुकीचा असावा... आणि खरं सांगायचं तर ते कुटुंब हा माझ्यासाठी महत्त्वाचा मुद्दाच नव्हते..." एखाद्या व्यक्तीच्या वैयक्तिक तपशिलासह तिचा डीएनए नकाशा जाहीर करण्याचा विचार तरी आज संशोधक किंवा गोल्डसारखे शास्त्रीय विषयावर लेखन करणारे पत्रकार करू शकतील का? कायद्याची इतकी पोलादी चौकट या विषयाभोवती निर्माण करण्यात आली आहे की, असे धाडस कोणी केलेच, तर त्या संशोधकाला १९९६ साली झालेल्या कायद्याअंतर्गत तब्बल अडीच लाख डॉलरचा दंड आणि दहा वर्षे तुरुंगवासाची शिक्षा भोगावी लागेल! हेन्रीएटाची वैयक्तिक माहिती जाहीर केल्याप्रकरणी किंवा तिच्या संमतीशिवाय तिच्या शरीरातील पेशी काढून

घेतल्याबद्दल लॅक्स कुटुंबीय सुद्धा असा खटला दाखल करू शकले असते; पण दुर्दैवाने, असे काही संशोधन झाले आहे आणि ते प्रसिद्ध झाले आहे, हेच त्यांना ठाऊक नव्हते! डेबोरा आपल्या (कधीही न झालेल्या!) 'कॅन्सर चाचण्यांच्या' निकालाची वाट बघत होती, तर सोनी आणि लॉरेन्स हे हॉपकिन्सने या व्यवहारात किती पैसे कमवले हा हिशोब करण्यात गर्क होते. त्याच वेळी देशाच्या दुसऱ्या एका भागात मात्र जॉन मूर नावाचा एका गोरा माणूस याच प्रकारची लढाई लढण्याच्या तयारीत होता, हे विशेष... ही गोष्ट रॉजर्सचा लेख ज्या वर्षी प्रसिद्ध झाला आणि हेला पेशींची खरेदी-विक्री होते हे लॅक्स कुटुंबीयांना समजले; त्याच वर्षीची, म्हणजे १९७६ साली घडलेली घटना. आपल्याला उपचार देणारा डॉक्टर फसवतोय, अशी शंका मनात आल्यानंतर जॉनने जे सत्य शोधले, ते धक्कादायक होते...

◆

अलास्का पाईपलाईन कंपनीत सर्व्हेयर म्हणून काम करणारा जॉन मूर हा दिवसाचे बारा-बारा तास काम करीत होता, पण तरुण वयातच त्याच्या प्रकृतीने काही वेगळेच इशारे द्यायला सुरुवात केली. त्याच्या हिरड्यांमधून रक्त येऊ लागले, पोट भलतेच फुगले आणि सर्व अंगावर खाज सुटल्याने तो हैराण झाला. अति कामाच्या ताणामुळे हे घडत असावे, असे आधी त्याला वाटले; पण तपासण्या केल्यावर समोर आलेले निदान फारच धक्कादायक होते. त्याला अतिशय दुर्मीळ आणि जीवघेणा 'हेयरी सेल' नावाचा रक्ताचा कॅन्सर आला होता आणि त्या कॅन्सरचे दूषित रक्त प्लीहेमध्ये साठल्याने त्याचे पोट फुगले होते. प्लीहा ही शरीरातील रक्त शुद्ध करण्याचे आणि प्रतिकारशक्ती शाबूत ठेवण्याचे काम करते. आजारपणामुळे जॉनच्या रक्तातील मेलेल्या पेशी बाहेर काढून टाकण्याचे प्लीहेचे कामच बंद झाल्याने मूरची प्लीहा एखाद्या फुग्याप्रमाणे फुगली होती. त्याचा परिणाम? सर्वसामान्य व्यक्तीच्या प्लीहेचे वजन एक पौंडपेक्षासुद्धा कमी असते, मूरच्या प्लीहेचे वजन झाले होते तब्बल २२ पौंड! मूरच्या स्थानिक डॉक्टरांनी त्याला उपचारासाठी कॅलिफोर्निया विद्यापीठात कॅन्सरवर संशोधन करीत असलेल्या डेव्हिड गोल्डेकडे पाठवले. प्लीहा काढून टाकणे आवश्यक असल्याचे त्याला गोल्डेने सांगितले. शस्त्रक्रियेपूर्वी त्याने एका संमतीपत्रावर सही करून दिली, त्यात लिहिले होते, 'शरीरातील बाधित अशा कोणत्याही पेशी नष्ट केल्या जातील.' गोल्डेने मूरच्या शरीरातील प्लीहा काढून टाकली. शस्त्रक्रियेनंतर मूर नोकरी बदलल्याने सिएटल येथे स्थलांतरित झाला. पण १९७६ ते १९८३

या काळात वारंवार त्याला आपल्या फॉलो अप उपचारांसाठी गोल्डे यांची भेट घ्यावी लागत असे. तिथे गेल्यावर उपचारांचा एक भाग म्हणून गोल्डे त्याचा बोन मॅरो, रक्त आणि वीर्य तपासणीसाठी काढून घेत असे. या नियमित तपासण्यांसाठी सिएटल ते लॉस एंजलीस हा प्रवास त्याने काही वर्षे केला; पण मग त्याला वाटू लागले, ह्या तपासण्या सिएटलमधील डॉक्टर करू शकत नाहीत का? त्याने तसे गोल्डे यांना विचारल्यावर घटनेला वेगळे वळण मिळू लागले. गोल्डेने त्याला त्यासाठी विरोध तर केलाच, पण प्रत्येक तपासणीला येण्यासाठी लागणारे विमानाचे तिकीट काढून देण्याची तयारी दाखवली. त्याही पुढे जाऊन शहरातील अतिशय उत्तम हॉटेलमध्ये त्याची निवासाची व्यवस्था केली जाईल, असेही सांगितले. हा प्रस्ताव मूरला आश्चर्यकारकच वाटला, पण तरीही त्याला फारशी शंका आली नाही. शस्त्रक्रिया केल्यावर सात वर्षांनी एका तपासणीच्या वेळी त्याच्या हातात एक संमतीपत्र सही करण्यासाठी ठेवले गेले, त्यात लिहिले होते, 'माझ्या शरीरातील रक्त/बोन मॅरो याचा वापर करून सेल लाईन अथवा एखादे उत्पादन निर्माण होण्याची शक्यता असल्यास त्यासाठी मी/माझे वारसदार युनिव्हर्सिटी ऑफ कॅलिफोर्नियाला स्वेच्छेने परवानगी देत आहे.' या पहिल्या पत्रावर मूरने सही केली; कारण ती न केल्यास हा डॉक्टर आपल्याला उपचार देणार नाही, अशी भीती त्याला वाटली. पण दालमें कुछ काला है, अशी शंका त्याला नक्कीच आली. पुन्हा पुढच्या भेटीच्या वेळी तेच पत्र सहीसाठी समोर आले, तेव्हा त्याने गोल्डेला थेटच विचारले, ''माझ्या या तपासणीतून जे निष्पन्न होते, त्याला काही व्यावहारिक मूल्य आहे का?'' गोल्डेने ही शक्यता साफ उडवून लावली, पण यावेळी या संमतीपत्रावर सही करताना मूरने आपली स्वेच्छा परवानगी नाकारली आणि ते बघताच गोल्डेच्या कार्यालयात एकच धावपळ उडाली. तपासणी करून जवळच राहणाऱ्या आई-वडिलांच्या घरी मूर पोचेपर्यंत, तो घरी आला आहे का, अशी विचारणा करणारे तीन फोन त्यांच्या घरी येऊन गेले होते. मूर घरी पोचत असताना चौथ्यांदा फोन आला होता. फोनवर बोलताना गोल्डेने त्याला सहज भासावे अशा स्वरात विचारले, ''तू पत्रावर सही करताना अनवधानाने 'परवानगी नाही' या पर्यायावर खूण केली आहेस ना?'' त्याला थेट उत्तर देणे मूरला अवघड जात होते, म्हणून मूर म्हणाला, ''माझ्या हातून कशी चूक झाली, ते कळत नाही; पण आता चूक दुरुस्त करण्यासाठी येणे मला शक्य नाही, कारण मला तातडीने सिएटलला निघावे लागतेय.'' काही क्षणातच मूरच्या मेल बॉक्स मध्ये त्याला ते संमतीपत्र मिळाले, ज्यावर त्याने 'परवानगी आहे' या पर्यायावर खूण करणे अपेक्षित होते. त्याने ते केले नाही. काही दिवसांनंतर त्याला गोल्डेकडून एक पत्र

आले, सही करून देण्याची विनंती करणारे. तेव्हा मात्र मूरच्या मनात शंकेचे वादळ सुरू झाले आणि ते पत्र घेऊन तो त्याच्या वकिलाकडे गेला. या प्रकरणाचा छडा लावताना वकिलाला आणि मूरला जे आढळून आले, ते कमालीचे धक्कादायक होते. मूरवर शस्त्रक्रिया केल्यापासून गेली सात वर्षे मूरच्या पेशींपासून एक सेल लाईन तयार करून त्याचे विपणन करण्यात गोल्डे व्यग्र होता. या सेल लाईनचे नाव होते 'मो'. ते ऐकताच आपण फसवलो गेल्याची एक व्याकूळ भावना मूरच्या मनात दाटून आली. त्याला वाटले, इतकी वर्षे आपल्या खांद्यावर हात ठेवून आपल्याशी बोलणाऱ्या गोल्डेसाठी आपण मूर नव्हतो, निव्वळ 'मो' होतो, एक सेल लाईन, मांसाचा एक तुकडा...गोल्डेने मूरच्या पेशी अन् त्या पेशी निर्माण करीत असलेली अनेक मौल्यवान प्रथिने यासाठी पेटंट दाखल केले होते आणि एका बायोटेक कंपनीशी करार करण्याची प्रक्रिया सुरू झाली होती. या कंपनीकडून 'मो' पेशींची शास्त्रीय तपासणी करून त्या व्यापारी पद्धतीने विकसित करण्यासाठी गोल्डेला ३.५ दशलक्ष डॉलरपेक्षा अधिक रक्कम मिळणार होती! त्या क्षणी त्या सेल लाईनचे बाजारपेठेतील मूल्य होते, तीन अब्ज डॉलर! कारण, मूरच्या पेशी फारच दुर्मीळ होत्या आणि काही सेल लाईन तर पेटंट मिळवण्याइतक्या मौल्यवान. त्याच्या पेशींमधून जी दुर्मीळ प्रथिने निर्माण होत होती, तिचा उपयोग काही प्रकारचे कॅन्सर आणि संसर्ग यावर उपचार करण्यासाठी होणार होता. शिवाय त्यात HTLV नावाचे असे एक विषाणू होते, ज्याचा वापर करून एड्सची महामारी रोखणारी लस निर्माण करणे शक्य होते. त्यामुळे पेशींसाठी औषधकंपन्या बक्कळ पैसा ओतायला तयार होत्या, नव्हे पैशाचा पाऊस पडायला तयार होत्या! मूरला हे आधी समजले असते, तर तोच थेट या कंपन्यांशी करार करू शकला असता! आता ते शक्य नव्हते; म्हणून मूर ने गोल्डे आणि युनिव्हर्सिटी ऑफ कॅलिफोर्निया यांच्यावर आपली फसवणूक केल्याबद्दल खटला भरला. आपली संमती न घेता आपल्या शरीरातील पेशींचा वापर संशोधनासाठी केल्याबद्दल हा खटला होता. आपल्या पेशींवर अशा रीतीने कायदेशीर दावा सांगणारा तो जगातील पहिला मनुष्यप्राणी होता! संशोधकांच्या जगावर या बातमीने जणू दुःखाची भली मोठी लाटच कोसळली. आपल्या पेशी आणि रक्तावर रुग्ण असे दावा करू लागले, तर संशोधनाचे आणि त्यातून मिळणाऱ्या भरमसाठ नफ्याचे काय होणार? त्यावेळी अगदी नव्या आणि अपरिचित अशा विषयावरील या खटल्याकडे माध्यमांचे लक्ष जाणे स्वाभाविकच होते. तसे ते गेले आणि वृत्तपत्रात बातम्या सुरू झाल्या. त्या बातम्यांचे मथळे गरमागरम होते, 'पेशींचा मालकीहक्क प्रश्न पेटला. या पेशींवर नेमका हक्क कोणाचा? माझी प्लीहा विकण्याचा अधिकार

तुम्हाला दिला कोणी?' शास्त्रज्ञ, वकील, समाजातील विचारवंत, नैतिकतेचे मापदंड यावर भाष्य कारणारे आणि धोरण बनवण्यासाठी काम करणारे या सर्वांपुढे या प्रश्नाने मोठा पेच निर्माण केला. खटला चालवणाऱ्या वकिलाने आधार घेतला तो हेला पेशींच्या निर्मितीचा आणि त्याच्या मुबलक वापराचा. हेला पेशी वाढवण्याबाबत किंवा त्याच्या मालकीहक्काबाबत आजवर कोणी कोर्टात खटला दाखला केला नाहीय, ही बाब त्याने निदर्शनास आणून दिली; तेव्हा कोर्टाने हा प्रश्न निकाली काढला. मूर असा सहजासहजी हार मानणारा नसल्याने या प्रश्नी तब्बल सात वर्षे दावे-प्रतिदावे असे बरेच काही घडून गेले. अखेरीस सर्वोच्च न्यायालयाने दिलेला निकाल मूरच्या विरोधात होता. न्यायालयाने आपल्या निकालात म्हटले होते, 'जेव्हा एखाद्या व्यक्तीच्या शरीरातून पेशी काढून टाकल्या जातात; तेव्हा त्याचे अशा जैविक कचऱ्यात रूपांतर होते, जो कोणीही ताब्यात घेऊन विकू शकतो. मुळात तो शरीराला त्रासदायक असतो, म्हणूनच शरीरातून बाहेर काढून टाकलेला असतो. मूरच्या शरीरातील प्लीहा अशीच काढून टाकली असताना त्यावर त्याचा अधिकार कसा काय उरतो?'

◆

आपल्या परवानगीशिवाय आपल्या वैयक्तिक हक्कांवर वेगवेगळ्या तऱ्हेने आक्रमण करणाऱ्या डॉक्टरांना पुढील काळात अनेक रुग्णांनी न्यायालयात खेचले; पण या रुग्णांच्या बाबतीत अशी एक खास गोष्ट होती, जी हेन्रीएटाकडे नव्हती आणि ती म्हणजे, असे खटले भरणारे सर्व रुग्ण हयात होते...! मेलेल्या लोकांना खासगीपण नसते.. त्यांचा काही भाग जिवंत असला तरीही...

□□

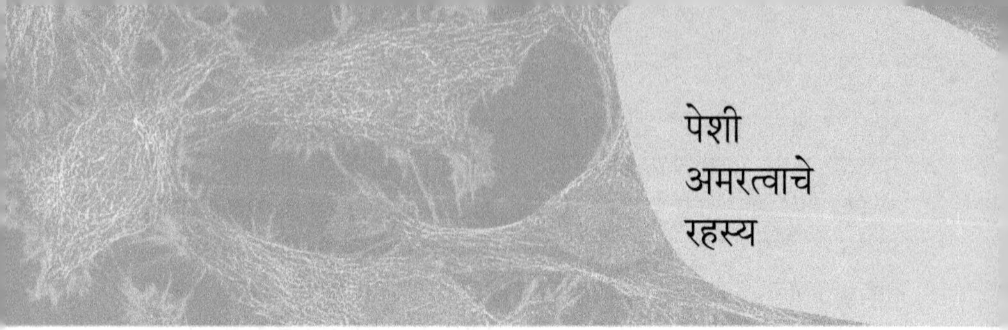

पेशी अमरत्वाचे रहस्य

औषधनिर्माणशास्त्राच्या इतिहासात हेन्रीएटाच्या पेशींनी दिलेल्या योगदानाचे मोल किती? मोजता येऊ नये, इतके अफाट. एका संशोधकाने म्हटले आहे, ‘‘आजवर निर्माण झालेल्या हेला पेशी मोजायच्या ठरवले; तर त्याचे वजन पन्नास दशलक्ष मेट्रिक टन इतके, अविश्वसनीय वाटावे, असेल.’’ दुसऱ्या एक संशोधकाने हाच दावा थोड्या वेगळ्या शब्दात केला. त्याच्या म्हणण्यानुसार, ‘‘आजवर निर्माण केलेल्या हेला पेशी अंथरल्या; तर त्यांची लांबी आपल्या पृथ्वीचा गोल किमान तीन वेळा गुंडाळता येईल एवढी, ३५० दशलक्ष फुटांपेक्षासुद्धा अधिक असेल इतकी ही पेशी संख्या अफाट आहे.’’ पण या पेशीजन्माला केवळ वैद्यकीय मोल नाही, त्यापलीकडे तिला आहे एक अगदी हृद्य असा मानवी चेहरा. या घटनेचे अनोखेपण अधोरेखित करणारा असा. ह्या मानवी चेहऱ्याचे नाव आहे, ‘हेन्रीएटा लॅक्स फौंडेशन’ नावाची एक आगळी संस्था. हेन्रीएटासारख्या ज्या अनेक अनाम व्यक्तींनी आपल्या शरीराचा कोणता-ना-कोणता भाग देऊन, त्यांच्या नकळत, वैद्यकीय संशोधनासाठी हातभार लावला, पण इतिहासाच्या पानांवर मात्र त्या दुर्लक्षित राहिल्या, अशा व्यक्तींना कृतज्ञतेने नमस्कार करणारी ही संस्था. ही कृतज्ञता केवळ भावनिक पातळीवर व्यक्त करून ही संस्था थांबत नाही; तर अशा व्यक्तींच्या कुटुंबीयांच्या जगण्यातील जे संघर्षाचे प्रश्न आहेत, ते सोडवण्यासाठी ती या कुटुंबांच्या मागे उभी राहते आहे, मग तो संघर्ष शिक्षणाचा असो किंवा एखाद्या गंभीर आरोग्यविषयक प्रश्नाचा. हे फौंडेशन उभे करण्याचे फार मोठे श्रेय जाते ते रेबेका स्कूट नावाच्या विज्ञानविषयक लेखन करणाऱ्या महिलेला आणि हेन्रीएटाची कहाणी अक्षरश: खणून काढणाऱ्या तिच्या अथक प्रयत्नांना! मानवी पेशी प्रयोगशाळेत वाढवणारा जॉर्ज गे आणि त्याच्या ध्यासाला साथ देणाऱ्या हेन्रीएटाच्या पेशी या घडामोडींपासून खूप अंधारात असलेले हेन्रीएटाचे कुटुंबीय आणि त्या काळातील

अनेक आक्रमक वैद्यकीय संशोधनात वापरले गेलेले हेन्रीएटासारखे अनेक कृष्णवर्णीय हे सगळे समजून घेण्यासाठी तिने जे अफाट प्रयत्न केले; प्रवास केला त्याचे फळ म्हणजे आधी, 'The Immortal Life of Henrietta Lacks' हे पुस्तक आणि त्याच्याबरोबर जन्माला आलेले फौंडेशन. वर्गात जीवशास्त्र शिकत असताना रेबेकाची आधी पेशींशी आणि त्या निमित्ताने हेन्रीएटाशी ओळख झाली आणि हा प्रवास सुरू झाला. मग पुढे तिला साथ

'The Immortal Life of Henrietta Lacks' *पुस्तक लिहिणारी रेबेका स्कूट*

मिळाली ती पॅत्तीलो नावाच्या, जॉर्ज गेच्या प्रयोगशाळेत पोस्ट डॉक्टरल संशोधक म्हणून काम करीत असलेल्या संशोधकाची.

१९८८ मध्ये सोळा वर्षांची रेबेका एका कम्युनिटी कॉलेजमध्ये शिक्षण घेत होती. तिला जीवशास्त्र शिकविणाऱ्या डेफ्लर नावाच्या प्राध्यापकाने तिची प्रथम 'पेशी' या संकल्पनेशी ओळख करून दिली. प्रत्येक सजिवाचं शरीर ज्या अतीसूक्ष्म अशा जिवंत घटकाने बनले आहे, तो घटक म्हणजे पेशी – हे शिकवताना त्यांनी प्रोजेक्टरवर ज्या पेशींचा फोटो दाखवला त्या होत्या हेला पेशी. हेन्रीएटाच्या पेशी तिच्या शरीरात जगल्या, त्याच्यापेक्षा कितीतरी अधिक काळ शरीराबाहेर जगल्या, असे ते प्राध्यापक सांगत होते आणि मग तिच्या पेशींचा वापर करून झालेल्या संशोधनाने ज्या औषधनिर्मितीला चालना मिळाली, त्याची भली थोरली यादी त्यांनी ऐकवली. केमोथेरपीमध्ये वापरली जाणारी औषधे, पोलियो, नागीण, रक्ताचा कॅन्सर, इन्फ्ल्यूएंझा, हिमोफिलिया, कंपवात, गुप्तरोग असे कितीतरी. "हेला पेशींची निर्मिती ही वैद्यकक्षेत्रातील गेल्या शंभर वर्षांतील एक अत्यंत महत्वाची घटना आहे." असे सांगणारे डेफ्लर नंतर म्हणाले, "आणि ती कृष्णवर्णीय होती!" असे म्हणून त्यांनी फळ्यावर लिहिलेले तिचे नाव पुसून टाकले. जीवशास्त्राचा तास संपला. या घटनेवर रेबेका लिहिते, 'ती कृष्णवर्णीय होती? बस्स? एवढेच माहिती आहे तिच्याबद्दल? शतकातील महत्वाची अशी घटना जिच्यामुळे घडली, तिची आणखी काहीच ओळख नाही कोणाला?' रेबेका तिच्या मनातील अनेक प्रश्न घेऊन डेफ्लर यांना भेटली, तेव्हा त्यांनी उत्तर दिले, "तुला पडलेल्या प्रश्नांची उत्तरं द्यायला मला खरंच खूप आवडलं असतं, पण कोणालाच त्याची उत्तरं ठाऊक नाहीयेत!" पेशीविज्ञानात ती ठायी ठायी आहे, असे जीवशास्त्राचे शिक्षण घेताना तिच्या लक्षात आले. कालांतराने तिच्या वाचनात हेन्रीएटा आली ती नव्वदीच्या दशकात, स्वत:चा संगणक घेतल्यावर इंटरनेटची सफर करताना. शास्त्रीय विषयांवरील मासिके, नियतकालिके वाचताना हेला पेशींच्या जन्मदात्रीच्या आयुष्याचे दरवाजे किंचित किलकिले झाले. 'मला फक्त एवढेच आठवतेय की, तिला तो आजार झाला होता आणि त्यात तिचा मृत्यू झाल्याबरोबर त्यांनी मला बोलावून तिचे काही नमुने घेऊ देण्याची विनंती केली; पण मी ती साफ नाकारली!' ह्या वाक्यातील हेन्रीएटाच्या नवऱ्याच्या रागाची धग तिला जाणवली. तिच्या कुटुंबीयांचे फोटो बघत असताना त्याखाली लिहिलेल्या मजकुराने तर तिची उत्सुकता अधिकच बळावली. त्यात लिहिले होते, 'हेन्रीएटाच्या पेशी जिवंत आहेत; हे तिच्या कुटुंबाला काही महिन्यांपूर्वी समजले आहे. त्यावेळी

हेन्रीएटाचा मृत्यू होऊन पंचवीस वर्षे उलटली होती!' आणि मग या सुंदर, बांधेसूद काळ्या स्त्रीने रेबेकाला अक्षरश: पछाडले. तिने ठरवले, हेला पेशींचे चरित्र तर लिहायचेच; शिवाय ज्या स्त्रीच्या पेशींनी हा इतिहास घडवला, तिचे एक मुलगी, पत्नी, आई असलेल्या स्त्रीचे चरित्र पण लिहायचे. त्यानंतर सुरू झाली जवळ जवळ दशकभराची शोधयात्रा. या प्रवासात ती हेन्रीएटाची मुलगी – डेबोराचे बोट धरून लॅक्स कुटुंबीयांपर्यंत पोचली. त्यांना स्वत:चा हेतू समजावून सांगण्यासाठी जंग-जंग लढली. ते करता-करता ती हेलाशी संबंधित डॉक्टर, पत्रकार, संशोधक, वकील, दुकानदार, माध्यमांचे प्रतिनिधी अशा अनेकांना भेटली. जवळ जवळ एक हजार तासांच्या मुलाखती रेबेकानं ध्वनिमुद्रित केल्या. हेन्रीएटाचे एकतीस वर्षांचे आयुष्य जेथे जेथे गेले, त्या प्रत्येक जागेला तिने भेट दिली. किती लेख, शोधनिबंध वाचले याची तर गणतीच नाही. हाताशी आलेला माहितीचा प्रत्येक धागा घट्ट धरून ती या सगळ्या घटनाक्रमाचा माग काढीत राहिली. अशाच एका वळणावर तिला मदत मिळाली ती पॅत्तीलो नावाच्या संशोधकाची.

◆

लुइझाना प्रांतात एका चांभाराच्या घरात जन्माला आलेला पॅत्तीलो हा त्या कुटुंबातील शाळेत गेलेला पहिला मुलगा. जिद्दीने शिक्षण घेत संशोधक झालेल्या पॅत्तीलोला जॉर्ज गेच्या प्रयोगशाळेत काम करताना प्रथम हेला पेशींची ओळख झाली आणि पहिल्या भेटीत त्या पेशींची जन्मदात्री स्त्री त्याला जवळची वाटू लागली. तिने मानवजातीला दिलेल्या देणगीची निव्वळ दखल घेणे पुरेसे नाही तर तिचा सन्मान झाला पाहिजे, या भावनेने त्याने ११ ऑक्टोबर १९९६ या दिवशी पहिली 'हेला कॅन्सर कंट्रोल सिंपोझियम' आयोजित केली. अल्पसंख्याक लोकांना होणाऱ्या कॅन्सरवर शास्त्रीय अभ्यास मांडणाऱ्या जगभरातील संशोधकांना त्याने त्यासाठी आमंत्रित केले आणि त्याचबरोबर तो दिवस 'हेन्रीएटा लॅक्स डे' म्हणून जाहीर करावा, अशी मागणी अटलांटा शहराच्या महापौरांकडे केली. ही मागणी मान्य होऊन तसे अधिकृत पत्र त्याला देण्यात आले. पॅत्तीलोने हॉपकिन्समधील आपल्या एका डॉक्टर मित्राकडून डेबोराचा फोन नंबर मिळवून तिला फोन केला. अखेरीस एक संशोधक हेन्रीएटाचा सन्मान करणार होता! डेबोरा या कल्पनेनेच उत्तेजित झाली होती. डे, सोनी, लॉरेन्स, बॉबेट, झकेरिया आणि डेबोराचा नातू देव्होन या लॅक्स कुटुंबाला समारंभाच्या स्थळी आणण्यासाठी पॅत्तीलोने एका मोठ्या

गाडीची व्यवस्था केली. हेन्रीएटावर माहितीपट बनवण्याचे काम करीत असलेली बीबीसी वृत्तसंस्थेची टीम त्यावेळी त्यांच्याबरोबर होती. लॅक्स कुटुंबाच्या वाट्याला प्रथमच एखाद्या सेलिब्रिटीसारखा थाट आला होता. राहण्यासाठी आलिशान हॉटेल आणि सह्या घेण्यासाठी मागेपुढे फिरणारे विद्यार्थी-नागरिक हे त्या सगळ्यांसाठीच आजवर कधीच अनुभवाला न आलेला सोहळा होता. प्रत्यक्ष परिषदेत बोलण्याची वेळ आली, तेव्हा डेबोरा कमालीची गांगरून गेली होती. एवढ्या शिकलेल्या, सफाईने बोलणाऱ्या गोऱ्या लोकांच्या समोर ती प्रथमच बोलण्यासाठी उभी राहत होती. शिवाय तिच्या मनात खोलवर एक आणखी भीती ठाण मांडून होती. आपल्या कुटुंबाने पेशीसंशोधनात काही अडचणी आणू नये, म्हणून आपल्या कुटुंबाला संपवून टाकण्यासाठी समोरच्या श्रोत्यांमध्ये एखादा नेमबाज आपल्यावर बंदुकीचा नेम धरून बसला असेल आणि संधी मिळताच तो आपल्यावर गोळ्या झाडेल, या कल्पनेने ती पुरती गारठून गेली होती! पण पॅत्तीलोने तिला धीर दिला, तिची हिंमत वाढावी म्हणून ती तिच्या जवळच बसला. घसा साफ करीत डेबोरा म्हणाली, ''मला नीट शिक्षण मिळालं नाहीय ना, त्यामुळे मी तुमच्यासारखं शुद्ध बोलू शकणार नाही. शिक्षण जाऊ दे, लहान वयात मला ज्याची नितांत गरज होती, ते श्रवणयंत्रसुद्धा वेळेवर मिळू शकलं नाही. पण आता मी सगळा भूतकाळ मागे टाकून इथे उभी आहे. आणि हे जे काही घडतंय; ते माझ्या आईसाठी आहे, यावर माझा अजून विश्वास बसत नाहीय! कारण कोणालाच त्याची इतकी वर्षं गरज वाटली नाही आणि त्यासाठी कोणाला त्यासाठी वेळही नव्हता.'' आणि त्यानंतर डेबोरा थेट तिच्या आईशी संवाद करू लागली, ''मला तुझी फार आठवण येते गं, ममा... मी सतत फक्त तुझा विचार करीत असते आणि तुला कुशीत घेण्याची कल्पना रंगवत असते... तू मला लहानपणी जसं कुशीत घेतलं असशील ना 'तसं... डॅडी मला सांगतात, तुझ्या अंतिम क्षणी तू त्यांना एकच गोष्ट वारंवार सांगत होतीस, 'माझ्या डेबोराची काळजी घ्या...' मां, कोणत्या शब्दात आभार मानू तुझे? पण मला ठाऊक आहे, आपण लवकरच भेटणार आहोत... तू आज माझ्याबरोबर असतीस, तर जग कसं असतं, याचा मी नेहमी विचार करीत असते... पण तुझ्याबद्दल मी जे काही वाचलं आहे, जाणलं आहे, ते सगळं मी माझ्या हृदयात खोलवर जपून ठेवलं आहे; कारण मी तुझाच एक भाग आहे ना गं आणि तू माझा... खूप, खूप प्रेम आहे माझं तुझ्यावर एवढंच तुला सांगायचंय...'' या परिषदेहून डेबोरा परत आल्यावर काही आठवड्यातच तिच्या आन्सरिंग मशीनवर पॅत्तीलोने ठेवलेला एक निरोप मिळाला, हेन्रीएटा आणि तिच्या पेशी यावर पुस्तक लिहू इच्छिणाऱ्या एका

पत्रकाराशी तो बोलत होता, डेबोराने पण तिच्याशी बोलावे, असे त्याला वाटत होते... ती पत्रकार म्हणजे रेबेका.

◆

हेन्रीएटाची व हेला पेशींची उत्कंठावर्धक कहाणी रेबेकापुढे उलगडत असताना तिला केवळ हेला पेशी जन्माची घटना समजत नव्हती. त्याच्या पलीकडे असेलेले खूप काही या शोधयात्रेतूनच जाणवत गेले. रेबेकाला जाणवली हेन्रीएटाच्या मृत्युपश्चात झालेली लॅक्स कुटुंबाची परवड, संशोधनजगताने केलेली या कुटुंबाची उपेक्षा, हेला सेल लाईनच्या उत्पादनातून विविध कंपन्यांनी मिळवलेला अफाट नफा आणि ज्या औषधांच्या किंवा उपचारपद्धतींच्या वैद्यकीय चाचण्यांमध्ये हेला पेशींचा वापर झाला त्या औषधांचा किंवा उपचारांचासुद्धा लाभ न मिळाल्याने अनेक प्रश्नांचा सामना करावा लागलेले लॅक्स कुटुंबीय. असे बरेच काही. हा सगळा इतिहास रेबेकाच्या सहजपणे हाताशी लागला नाही. शिक्षण, पैसा यांचा अभाव व वर्णभेदापायी झालेल्या उपेक्षेमुळे डेबोरा सोडल्यास अन्य कुटुंबीयांचे सहकार्य मिळवणेही सुरुवातीच्या काळात तिला फार अवघड गेले. आणि म्हणूनच या विषयात केवळ पुस्तक लिहिणे पुरेसे नाही; तर या निमित्ताने कृष्णवर्णीय लोकांना जे सोसावे लागले, त्याची भरपाई होणे गरजेचे आहे आणि असा अन्याय पुन्हा त्यांच्या वाट्याला येऊ नये यासाठी ठोस काहीतरी उभे करणेसुद्धा आवश्यक आहे, हे तिला जाणवत गेले. त्यातून उभे राहिले 'हेन्रीएटा लॅक्स फाउंडेशन'.

हेन्रीएटाच्या योगदानाचे स्मरण म्हणून हेन्रीएटा लॅक्स फाउंडेशनची निर्मिती २०१० मध्ये करण्यात आली. रेबेका स्कूट यांनी या कामी पुढाकार घेतला. ज्या ज्या लोकांनी वैद्यकीय क्षेत्राच्या प्रगतीसाठी योगदान दिले; पण परवानगी न घेता, संशोधनाचा हेतू न सांगता ज्यांचा वापर केला गेला – अशा कृष्णवर्णीय लोकांना मदत करणे हा या फाउंडेशनचा हेतू आहे. म्हणूनच टस्कगी सिफिलिस अभ्यासात ज्यांचा वापर करण्यात आला, ते जिवंत असतील तर त्यांना, मृत असतील तर त्यांच्या वारसांना तसेच हेन्रीएटाच्या वारसांना शिक्षण, नोकरी, आरोग्यसुविधा यासाठी या फाउंडेशनकडून मदत दिली जाते. इतर वैद्यकीय प्रयोगांत माणसांचा गिनिपिग म्हणून वापर आणि हेन्रीएटाचा पेशीरूपाने झालेला वापर यात फरक आहे. अमेरिकेच्या एन.आय.एच.कडे हेन्रीएटा व तिच्या मुलांची संपूर्ण जनुकीय माहिती उपलब्ध आहे. हेन्रीएटाच्या योगदानाचे भान जेव्हा तिच्या कुटुंबीयांना आले, तेव्हा या जनुकीय माहितीच्या

खाजगीपणावर प्रश्नचिन्ह उभे राहिले. २०१३ मध्ये युरोपियन मॉलेक्युलर बायॉलॉजी प्रयोगशाळेत हेन्रीएटाचा जनुकीय नकाशा उलगडण्यात संशोधकांच्या गटाला यश आले. या अभ्यासाला जीन मॅपिंग असे म्हणतात. यामुळे त्या व्यक्तीच्या गुणवैशिष्ट्यांसंबंधी गुणसूत्रातील जनुकांवर सांकेतिक रूपात लिहिलेली माहिती संशोधकांना समजते. या अभ्यासामुळेच हेन्रीएटाला झालेल्या कॅन्सरचे नेमके कारण समजले. पॅपिलोमा विषाणूचे जनुक तिच्या पेशीमध्ये असल्याने तिला कॅन्सर झाला व तो इतक्या आक्रमकपणे तिच्या शरीरात पसरला, हे सिद्ध झाले. या संशोधनाचे निष्कर्ष प्रकाशित झाल्यावर त्याला आक्षेप घेत हेन्रीएटाचा नातू म्हणाला, ''ही इतिहासाची पुनरावृत्ती आहे, हेन्रीएटाच्या कॅन्सर पेशींचा नमुना १९५१ साली घेतला गेला, तेव्हा तिची संमती घेतली गेली नव्हती. १९७० मध्ये जेव्हा कुटुंबातील इतर सदस्यांचे रक्त घेतलं गेलं, तेव्हा ते कशासाठी याची त्यांना कल्पना नव्हती आणि आता हा जनुकीय अभ्यासही वारसदारांना कल्पना न देताच करण्यात आला आहे. या अभ्यासामुळे लॅक्स कुटुंबीयांच्या जनुकीय माहितीचं खाजगीपण सांभाळलं जाणार नाही. आमचा वैद्यकीय इतिहास, त्याच्यामार्फत आम्हाला कोणकोणते आजार होण्याची शक्यता आहे अशी आमची खाजगी माहिती या अभ्यासामुळे चव्हाट्यावर आली आहे.'' या आक्षेपाची बरीच चर्चा झाली. एन.आय.एच.च्या पदाधिकाऱ्यांनीही यात तथ्य असल्याचे मान्य केले. या घटनेनंतर एन.आय.एच.चे प्रतिनिधी व हेन्रीएटाचे वारसदार यांच्यात चर्चा होऊन एक सामंजस्य करार करण्यात आला. मग एक समिती बनविण्यात आली. यात संशोधक, नीतिशास्त्रज्ञ, आनुवंशिकता शास्त्रज्ञ व लॅक्स कुटुंबीयांचे दोन प्रतिनिधी यांचा समावेश आहे. हेला पेशींच्या संशोधकीय वापरासंबंधी एक आचारसंहिता बनविण्यात आली. हेन्रीएटाच्या जनुकीय माहितीचे सार्वत्रिकीकरण न करणे, आपला संशोधनप्रकल्प वरील समितीकडून मान्य करून घेणे, संशोधनप्रकल्पाच्या श्रेयनामावलीत हेन्रीएटा लॅक्स व कुटुंबीयांच्या योगदानाचा उल्लेख करणे असे काही नियम हेन्रीएटाच्या वारसांच्या संमतीने या आचारसंहितेत घालण्यात आले. यामुळे त्या कुटुंबीयांना आर्थिक लाभ फार नसला; तरी खाजगीपणाची जपणूक व कृतज्ञ भाव नक्कीच आहे. यातून इतकी वर्षे आपली अवहेलना झाल्याची जी भावना त्यांच्या मनात तयार झाली आहे, तिचे काही प्रमाणात परिमार्जन होईल.

◆

अनादी काळापासून मानवाला अमरत्वाची आस आहे. वार्धक्य लांबवणे व मरणाची सीमारेषा वाढवणे यावर वैद्यकीय संशोधनाचा कायमच भर राहिला आहे. त्या दृष्टीने मानवी शरीरातील पेशींची उत्पत्ती, स्थिती आणि लय हे चक्र समजून घेण्यासाठी शास्त्रज्ञ अनेक वर्षे काम करत होते. हेन्रीएटाच्या मृत्यूनंतर तीसपेक्षा जास्त वर्षे लोटली, तरीही वैद्यकीय जगताला तिच्या मृत्यूचे कोडे सतावीत राहिले आहे. हेन्रीएटाला कॅन्सर नेमका कशामुळे झाला, त्याने अगदी कमी कालावधीत एवढे उग्र रूप कसे धारण केले आणि त्या कॅन्सरच्या पेशी वर्षानुवर्षे स्वत:च्या प्रती काढत शरीराबाहेर जिवंत कशा राहिल्या – हे ते कोडे आहे. याचे उत्तर अर्थातच हेला पेशीच देऊ शकणार होत्या. आणि त्यावर तर जगभर अनेक अंगांनी संशोधन सुरू होते. या प्रश्नांना काही प्रमाणात उत्तर देणारे संशोधन १९८४ साली जगाच्या समोर आले...

हेराल्ड झर हौसेन नावाच्या जर्मन विषाणूतज्ञाने एच पी व्ही (ह्युमन पॅपिलोमा व्हायरस) १८ नावाच्या विषाणूंची जात शोधून काढली. हे विषाणू लैंगिक संबंधातून पसरणारे होते. ही जात शोधण्याच्या आदल्या वर्षी त्याने एच पी व्ही १६ या विषाणूंचा शोध लावला होता. हे दोन विषाणूच गर्भाशयमुखाच्या कॅन्सरला कारणीभूत असावेत व हेन्रीएटाला झालेल्या आजाराशीही यांचाच संबंध असावा, असे त्याचे म्हणणे होते. हे सिद्ध करण्यासाठी हॉपकिन्स हॉस्पिटलमधून हेन्रीएटाच्या मूळ कर्करोगाच्या पेशी मिळवणे गरजेचे होते. यात विषाणूंचे अस्तित्व दिसून आले, तर त्याच्या संशोधनाला सबब पुरावा मिळणार होता. 'हॉपकिन्स'मध्ये १९५१ सालापासून हेन्रीएटाच्या कॅन्सरच्या गाठीच्या बायोप्सीतून मिळालेल्या पेशींचा नमुना जतन केलेला होता. त्या पेशींमध्ये एच पी व्ही १८चे अस्तित्व सिद्ध करण्यातही हौसेनला यश आले आणि हेन्रीएटाच्या मृत्यूला हेच विषाणू कारणीभूत होते, हे सिद्ध झाले.

विषाणू ही निसर्गाची एक अनोखी निर्मिती आहे. सजीव व निर्जीव यांच्या सीमारेषेवरील हे सजिवांचे पूर्वज असावेत. खरे तर, एक किंवा अनेक पेशींनी बनलेले शरीर हे सजिवाचे महत्त्वाचे वैशिष्ट्य, पण विषाणूंमध्ये तेही नाही. त्यांचे अस्तित्व म्हणजे, नुसता प्रथिनांच्या कुपीत/डबीत ठेवलेला आरएए किंवा डीएनएचा धागा आणि आकार एवढा सूक्ष्म की, एका मिलिमीटरमध्ये लाखो सहज मावतील. हे विषाणू ज्या सजीव पेशीला जाऊन चिकटतात, तिच्यात आपला डीएनएचा धागा सोडून देतात. मग ती यजमान पेशी भुलते आणि या विषाणूंच्या डीएनएच्या प्रती काढत बसते. येथेच तिच्या विनाशाची बीजे पेरली जातात. मग यजमान पेशीला फोडून हे बालविषाणू इतर जिवंत

पेशींच्या शोधात बाहेर पडतात. १९८१चे पूर्ण दशक वेगवेगळे संशोधक पॅपिलोमाच्या विविध जाती शोधणे, त्यांचा कॅन्सरशी काही संबंध आहे का ते तपासण्यात बुडून गेले होते. यासाठी त्यांनी वेगवेगळ्या पेशींमध्ये या विषाणूंचे डीएनए सोडले, तेव्हा त्या सर्व पेशी कालांतराने कॅन्सरने ग्रस्त झाल्याचे त्यांना आढळले. विषाणूंचे डीएनए निकामी केले, तर मात्र पेशींची कर्करोगापासून सुटका होते, असे आढळले. या शोधमालिकांमधूनच एच.पी.व्ही.लसीचा जन्म झाला. ही लस मुलींना पाळी येण्याच्या वयात दिली, तर त्यांना गर्भाशयमुखाच्या कर्करोगापासून संरक्षण मिळू शकते. या शोधाचा जनक असलेल्या हौसेनला २००८ सालचा नोबेल पुरस्कार मिळाला.

एच.पी.व्ही. विषाणूंच्या संशोधनातून हेन्रीएटाला झालेल्या कॅन्सरची कारणपरंपरा समोर आली. एच.पी.व्ही. विषाणूंनी हेन्रीएटाच्या गर्भाशयमुखाच्या पेशींमध्ये प्रवेश केला. त्यांचे लक्ष्य होते, पेशीतील अकराव्या गुणसूत्रामधील त्रेपन्नावे जनुक. हे जनुक कोणत्याही गाठीला रोखते. या विषाणूंनी त्यालाच अकार्यक्षम करून टाकले आणि म्हणूनच या पेशी अनिर्बंध वाढू लागल्या. त्यांनी आधी हेन्रीएटाला ग्रासले आणि नंतर प्रयोगशाळेत वाढणाऱ्या कोणत्याही पेशीसमूहालासुद्धा. यामुळे रोगाचे कारण समजले, पण तरीही अजून एक कोडे उकलायचे बाकी होते. ते म्हणजे, गर्भाशयमुखाच्या पेशी शरीराबाहेर वाढवणे ही जवळ जवळ अशक्य कोटीतील गोष्ट असताना हेन्रीएटाच्या कॅन्सरच्या पेशी मात्र शरीरात आणि शरीराबाहेर इतक्या राक्षसी वेगाने कशा काय वाढत होत्या ते. तेव्हा तरी याचे उत्तर शास्त्रज्ञांना मिळाले नाही, पण एच.पी.व्ही. लसीचा जन्म मात्र झाला. हेला पेशींचा वापर करून झालेल्या अनेक संशोधनांपैकी काही संशोधनांनी एकेक दशक गाजवले. गर्भाशयमुखाच्या कर्करोगाचा एच.पी.व्ही. विषाणूंशी असलेला संबंध सिद्ध करणाऱ्या संशोधनाने ऐंशीचे दशक कमालीचे गाजवले. त्या दशकातील हे अतिशय महत्वाचे संशोधन ठरले.

संशोधनाच्या आधारे विविध रोगांवर जसजसा मानवाने विजय मिळवायला सुरुवात केली, तसे रोगांनीसुद्धा नवीन रूप धारण करायला सुरवात केली. हे नवे रोग नवी आव्हाने संशोधकांपुढे उभी करू लागली. अशांपैकी एक होते एचआयव्हीचे आव्हान. ८०च्या दशकात उत्तर आणि दक्षिण अमेरिकेसह युरोप, आफ्रिका, आशिया आणि ऑस्ट्रेलिया या पाचही खंडांमध्ये या रोगाने आपले हातपाय पसरले होते. यावरील संशोधनातही हेला पेशींचा सहभाग होता. रिचर्ड अक्सेल या रेणवीय जीवशास्त्रज्ञाच्या चमूने यासाठी काम केले. सामान्यत: एचआयव्हीचे विषाणू रक्तपेशींना लक्ष्य करतात. अक्सेलने हेला पेशींमध्ये एचआयव्ही विषाणूंमधील

डीएनएचा धागा सोडून या पेशी या रोगाने बाधित होतात का, याचा अभ्यास सुरू केला. हेला पेशी या विषाणूंचे नेहमीचे वसतीस्थान नाही, हे त्याला जाणवल्याने त्याने एक युक्ती केली. त्याने प्रथम हेला पेशींमध्ये रक्तपेशींचा डीएनए घुसवला. एचआयव्ही विषाणूंची ओळख पटली. या सर्वातून एखाद्या पेशीत दुसराच डीएनए घुसवून तिला आपल्याला पाहिजे असलेली प्रथिने बनवायला भाग पाडता येते, याची खात्री करायची होती; तसेच एचआयव्ही विषाणू निरोगी पेशीत कसे शिरतात, याचा अभ्यास करायचा होता. त्यासाठी हेला पेशींसारखे कधीही रिकामे न होणारे अक्षय्य पात्र दुसरे कुठले मिळणार? पण मुद्दा इथेच संपला नाही. याच काळात जनुकीय अभियांत्रिकी हे क्षेत्र नव्याने विकसित होत होते. त्याच्या वापरासंबंधी फारसे कायदे अस्तित्वात नव्हते. हेला पेशींचा जन्मच जणू काही अशी वादळे निर्माण करण्यासाठी आणि पचवण्यासाठी होता. या कृतीमुळे अक्सेलला कोर्टाची पायरी चढावी लागली. दावेदार होता रिचर्ड रिफ्किन नावाचा एक लेखक व चळवळ्या माणूस. मानवी डीएनए संबंधित कोणत्याही प्रयोगांवर बंदी आणण्यासाठी त्याचे प्रयत्न सुरू होते. त्याने १९८७ मधे अक्सेलवर खटला भरला. या प्रयोगांमुळे १९७५च्या पर्यावरणरक्षण कायद्याचे उल्लंघन झाले, असे त्याने कोर्टासमोर मांडले. एचआयव्ही बाधित हेला पेशी त्यांच्यातील असामान्य वृद्धी क्षमतेमुळे व इतर पेशींना बाधित करण्याच्या अफाट ताकदीमुळे हा रोग वेगाने पसरवतील व त्यामुळे पर्यावरण दूषित होईल, असा त्याचा युक्तिवाद होता. 'एचआयव्ही विषाणू पेशीबाहेर जगूच शकत नाहीत, त्यामुळे पर्यावरण प्रदूषणाचा प्रश्नच उदभवत नाही.' हे अक्सेलचे प्रतिपादन कोर्टाला मान्य झाले आणि हा दावा निकालात निघाला.

माणसाला फार पुरातन काळापासून अमरत्वाची आस आहे. हेला पेशी या संशोधकांसाठीही या आशेचे मूर्तिमंत प्रतीक होत्या. त्या आशेचे एक सजीव रूप. त्यांच्या प्रथम निर्मिती क्षणापासून ऐंशीच्या दशकापर्यंत त्यांच्या अगणित प्रती निघाल्या. या मधल्या काळात त्या जनुकीयदृष्ट्या त्यांच्या मूळ पूर्वजासारख्या म्हणजे हेन्रीएटाच्या कॅन्सर पेशींसारख्या राहणे शक्यच नाही, असे काही शास्त्रज्ञांचे म्हणणे होते. याला तसेच सबळ कारणही होते. पेशी विभागताना स्वत:च्या केंद्रकातील गुणसूत्राची प्रत तयार करते. ती काढताना एखादे अक्षर बदलले, गळले; तर नवीन पेशी हुबेहूब तिच्या जनकासारखी नसते. हेन्रीएटाच्या पेशींनी तर काळाचा आणि भूगोलाचा एवढा दीर्घ पल्ला गाठला होता की, जनुकांमधे फेरफार होणे सहजच शक्य होते. त्यामुळे या पुन्हा पुन्हा नव्याने जन्मणाऱ्या पेशी 'त्या नव्हेतच' असे सिद्ध झाले, तर हा पेशी अमरत्वाचा

प्रश्नच निकाली निघणार होता. आपली हयात हेला पेशींवर संशोधन करण्यात घालवणाऱ्या रॉबर्ट स्टिव्हनसन नावाच्या शास्त्रज्ञाने मात्र छातीठोकपणे ही सर्व चर्चा अर्थहीन आहे, असे सांगितले. सध्या वापरात असलेल्या पेशी हेन्रीएटाच्या आहेत, हे डीएनए तपासणीतून निर्विवाद सिद्ध करणे शक्य आहे, हे त्याने स्पष्ट केल्याने हरिदासाची कथा पुन्हा मूळपदावर आली. या पेशी इतक्या आक्रमकपणे व इतकी वर्षे जगल्याच कशा?

सर्वसाधारण मानवी पेशी, मग त्या शरीरात वाढोत किंवा शरीराबाहेर, त्यांना मरण अटळ आहे. पेशींना हा मृत्यू येतो कसा आणि कधी, यावर अनेक शास्त्रज्ञ काम करत होते. येलमधील एका गटाला या प्रश्नाचे उत्तर मिळवण्यात यश आले. पेशीविभाजनाच्या वेळी मूळ पेशीतील सर्व गुणसूत्रांची प्रत काढली जाते, यात चूक होऊ नये, किंवा गुणसूत्राचा टोकाकडचा भाग सुटूनच गेला असे होऊ नये म्हणून गुणसूत्रांच्या टोकाला काही निरर्थक अक्षरांची शेपटी जोडलेली असते याला 'टेलोमीअर' म्हणतात. जसजशी पेशी विभाजित होत जाते, तसतशी या शेपटीची लांबी कमीकमी होत जाते. टेलोमीअरची लांबी कमी होत जाणे ही पेशीसाठी मृत्युघंटा आहे. यानंतर पेशीविभाजन थांबते. नवीन पेशी तयार करण्याची क्षमता वृद्धापकाळात कमी होत जाते म्हणजेच त्या सजिवाचा मृत्यू जवळ येतो. पण शास्त्रज्ञांना असे आढळले की, या मृत्यूच्या शापालाही उ:शाप आहे आणि ते म्हणजे टेलोमरेज नावाचे विकर. हे विकर बनवणारे जनुक गर्भावस्थेतील बीजपेशींमध्येच असते. बाळ जन्माला येण्याआधीच त्याच्या बीजपेशी सोडल्या तर इतर सर्व पेशीतील टेलोमरेज बनविणारे जनुक निष्क्रिय होते. म्हणजेच बाळाच्या इतर सर्व पेशीतील गुणसूत्रे प्रत्येक विभाजनाच्या वेळी थोडीथोडी तोकडी होतात.

पण कॅन्सरच्या पेशींमध्ये टेलोमरेज नावाचे विकर तयार करण्याची क्षमता असते, म्हणूनच त्या अनिर्बंध वाढतात. त्यांना वृद्धत्व नाही आणि मृत्यूही नाही. हेला पेशी शरीराबाहेरही अमर्याद काळ जिवंत राहिल्या, वाढल्या, त्यामागे हे कारण होते.

हेन्रीएटाच्या या गोष्टीला अनेक पदर आहेत. तिच्या पेशी या शरीराबाहेर वाढलेल्या पहिल्या मानवी पेशी. त्या अनेक संशोधनांचा आधार झाल्या. हेन्रिएटाच्या मृत्यूनंतर आज एवढी वर्षे पेशीविज्ञान, आनुवंशिकी व जनुकीय अभियांत्रिकी अशा अनेक क्षेत्रांत योगदान देत राहिल्या. त्याचबरोबर 'रोग्याच्या शरीरातून काढलेल्या भागावर अधिकार कोणाचा? त्याचा संशोधनक्षेत्रात वापर करण्यात येणार असेल, तर त्या व्यक्तीची अगर नातेवाइकांची पूर्वपरवानगी आवश्यक आहे का? तसेच

अशा घटनेत त्या संशोधनावर स्वामित्व कोणाचे?' अशा नैतिक व कायदेशीर प्रश्नांना वाचा फोडत राहिल्या. वैद्यकीय संशोधनाची इमारत वर्णद्वेष, सामाजिक व आर्थिक भेदाच्या पायावर उभी राहिली; त्याकडेही या पेशींनी बोट दाखवले. वैद्यकीय प्रगतीने सामान्य माणसाच्या आयुष्यात क्रांती घडवली, रोगमुक्त होणे किंवा रोगासह सुखेनैव जगणे माणसाच्या कवेत आले, त्याला हेन्रीएटासारख्या अनेकांचे योगदान आहे. ते ऋण मान्य केले, तर आणि तरच पेशीजन्माचा, त्या अमर होण्याचा उत्सव होईल.

□□

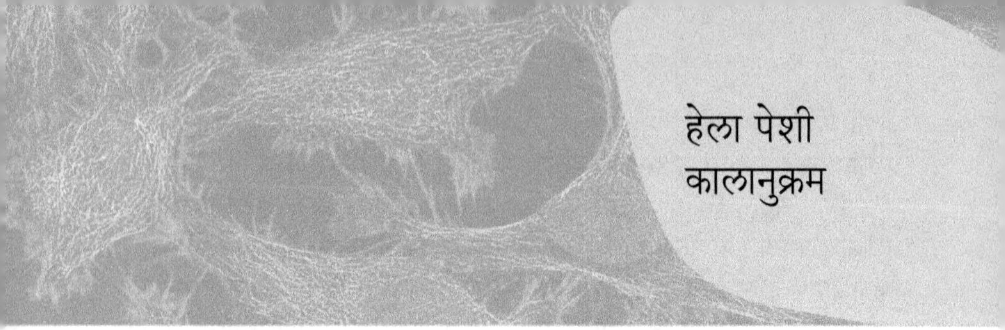

हेला पेशी कालानुक्रम

- फेब्रुवारी १९५१- डॉ. जॉर्ज गेच्या प्रयोगशाळेत हेला पेशींची यशस्वी निर्मिती.
- १० एप्रिल १९५१ - डॉ. जॉर्ज गेद्वारा स्थानिक टी.व्ही कार्यक्रमात पहिल्या अमर्त्य पेशीसमूहाच्या निर्मितीची घोषणा.
- १९५२ - पोस्टाद्वारे मेल केला गेलेला पहिला पेशीसमूह.
- पोलियो लसीच्या चाचणीसाठी हेलाचा वापर. मोठ्या प्रमाणात निर्मिती करण्यासाठी कारखान्याची उभारणी.
- चेस्टर सौथॅमने ओहायो कारागृहातील कैद्यांना हेला पेशी टोचल्या.
- १९५३- हिमॅटॉक्सिलीन रंगद्रव्य (स्टेन) वापरून हेला पेशीतील रंगसूत्रे (क्रोमोसोम) रंगवून त्यांचा अधिक अभ्यास.
- १९५४ – एका हेला पेशीपासून क्लोन तयार करण्यात यश.
- चेस्टर मायक्रोबायलॉजिकल असोसिएशनद्वारे प्रचंड मोठ्या प्रमाणावर हेला पेशींची निर्मिती.
- चेस्टर सौथॅम व सहकाऱ्यांना दोषी ठरविण्यात आले.
- १९५७- 'सज्ञान संमती' या शब्दाचा प्रथम कोर्टाच्या कागदपत्रात वापर.
- १९६० – अंतराळात पाठवण्यात आलेल्या पहिल्या मानवी पेशी.
- १९६१ – हे- फ्लिंक मर्यादा.
- १९६५ – हेला पेशी व उंदरातील पेशीचा संयोग घडवून आणून पहिल्या पेशीची निर्मिती.
- १९६६ – विविध प्रयोगशाळांतील सर्व पेशींना हेलाचा संसर्ग झाल्याची डॉ. गार्टलर यांची घोषणा.
- १९७० - डॉ.जॉर्ज गे यांचा स्वादुपिंडाच्या कॅन्सरने मृत्यू.
- १९७१ - हेन्रीएटा लॅक्स हीच हेला पेशींची जनक असल्याचे सत्य प्रथमच जगासमोर आले.

- १९७३ – हेन्रीएटाच्या पेशी जिवंत असल्याची माहिती लॅक्स कुटुंबीयांना मिळाली. हेला पेशी संशोधनासाठी हेन्रीएटाच्या कुटुंबीयांना कोणतीही माहिती न देता मुलांच्या रक्ताचे नमुने हॉपकिन्स हॉस्पिटलने घेतले.
- सॅलमोनेला नावाच्या अत्यंत घातक अशा जिवाणूंच्या वर्तनाचा व परिणामांचा अभ्यास करण्यासाठी हेला पेशींचा वापर.
- १९८४ – एच.पी.व्ही. नावाचा विषाणू कर्करोगाचे एक कारण असू शकते, हे हेला पेशी वापरून सिद्ध करण्यात आले.
- जॉन मूरने पेशींवरील स्वामित्वाचा दावा करून त्याच्यावर उपचार करणाऱ्या डॉक्टरला कोर्टात खेचले.
- १९८५ – लॅक्स कुटुंबाच्या वैद्यकीय नोंदी त्यांच्या परवानगीशिवाय प्रकाशित.
- १९८६ – हेला पेशींना विषाणूबाधित करून एच.आय.व्ही संसर्गाचा अभ्यास.
- १९८९ – हेला पेशींच्या अमरत्वाचे रहस्य उलगडले. हे रहस्य होते टेलोमरेझ नावाचे संप्रेरक.
- १९९१ - कॅलिफोर्नियाच्या सुप्रीम कोर्टाने जॉन मूरचा दावा फेटाळला. शस्त्रक्रियेने शरीराबाहेर काढलेल्या भागावर पेशंटचा अधिकार नसल्याचा निकाल दिला.
- १९९३ - ट्युबरक्युलॉसिसच्या अभ्यासासाठी हेला पेशींचा वापर.
- २००५ – नॅनोटेक्नॉलॉजी क्षेत्रातील संशोधनासाठी हेला पेशींचा वापर.
- २०१३ - एन.आय.एच. ने लॅक्स कुटुंबीयांसोबत एक करारनामा जाहीर केला, ज्यानुसार विशिष्ट अटींचे पालन केल्यास अभ्यासकांना हेन्रीएटाची जनुकीय माहिती उपलब्ध होऊ शकेल.

□□

वंदना अत्रे

आजवर सहा अनुवादित पुस्तके आणि तीन स्वतंत्र पुस्तके प्रकाशित. कवी कुसुमाग्रज ह्यांच्या जन्मशताब्दी निमित्त 'नक्षत्रांचे आश्वासन' या विविध क्षेत्रातील मान्यवरांच्या लेखांचा समावेश असलेल्या पुस्तकाची आखणी आणि संपादन. भारतातील विविध राज्यांत, विविध सामाजिक क्षेत्रात काम करणाऱ्या स्त्रियांच्या कामाचा आणि त्या निमित्ताने सामाजिक क्षेत्रातील स्त्रियांच्या नेतृत्वाचा आढावा घेणाऱ्या 'पाऊल पुढे पडताना' ह्या, संशोधन आणि प्रत्यक्ष भेटींवर आधारित, पुस्तकास २०११ सालचा महाराष्ट्र साहित्य परिषदेचा कमल आणि के. पी. भागवत पुरस्कार (वैचारिक, स्त्री-जीवनविषयक प्रकारातील) 'विजयाचे मानसशास्त्र' ह्या अनुवादित पुस्तकास २०१० साली नाशिक सार्वजनिक वाचनालयाचा स्वातंत्र्यवीर सावरकर पुरस्कार प्राप्त.

तीन दशके 'गावकरी' ह्या वृत्तपत्रात मुख्य सहसंपादक म्हणून काम सध्या मुक्त पत्रकार म्हणून कार्यरत. विविध प्रकाशनगृहे आणि सामाजिक संस्था आणि उद्योगक्षेत्र ह्यांच्या प्रकाशनांसाठी संपादक आणि अनुवादक म्हणून काम करीत आहे.

सध्या कॅन्सरग्रस्तांसाठी 'आरंभ' ह्या पुढाकारातर्फे समुपदेशन आणि जीवनशैली शिक्षण देण्याचे काम प्राधान्याने करीत आहे.

शोभना प्रकाश भिडे

बी.एस्सी., डी. एम.एल.टी., बी.एड.

गेली २० वर्षे नाशिकमधील 'आनंदनिकेतन' या प्रयोगशील शाळेत विज्ञान व गणित विषयांचे अध्यापन.

६ वर्षे एस.एस.सी. बोर्डाच्या विज्ञान अभ्यास मंडळाचे सदस्य.

एनसीटीई (National council for teacher education) या केंद्रस्तरीय चौदा सदस्यीय मंडळाच्या माजी सदस्य.

'राजहंस बुक क्लब' सभासद योजना ऑनलाइन उपलब्ध

www.rajhansprakashan.com

सभासद होण्याकरिता **बुक क्लब** लिंकला भेट द्यावी.
सभासदत्वाच्या नूतनीकरणासाठी **माझे खाते** लिंकला भेट द्यावी.

विशेष सूचना : 'राजहंस ग्रंथवेध' हा अंक मिळवण्यासाठी सभासदत्वाचे नूतनीकरण आवश्यक.

'राजहंस बुक क्लब' योजना – नवीन सभासद नोंदणीसाठी :

१) नवीन सभासद होण्यासाठी आपण **बुक क्लब** या लिंकवर क्लिक करा.
२) तेथे आपणास तीन पर्याय दिसतील. त्यातील आपणास हवा तो पर्याय निवडा.
३) **सभासद व्हा**, या बटनावर क्लिक करा.
४) Proceed to checkout बटनावर क्लिक करा.
५) Billing detail मध्ये आपली संपूर्ण माहिती पिनकोडसहित भरा.
६) Place order बटनावर क्लिक करून ऑनलाइन पैसे भरा.
७) आपण सभासद झाल्याची मेल आपल्याला आल्यावर पुस्तक खरेदी करा म्हणजे सभासद योजनेची सूट आपल्याला पुस्तक खरेदी करताना मिळेल.

'राजहंस बुक क्लब' योजना – जुन्या सभासदत्वाच्या नूतनीकरणासाठी :

१) जुन्या सभासदांनी सर्वप्रथम माझे खाते (Login) वर क्लिक करा.
२) Register पानावर ई-मेल टाकून Register बटनावर क्लिक करा.
३) Register पान उघडल्यावर Account Details या बटनावर क्लिक करा.
४) आपली माहिती भरून password तयार करा.
५) आपली संपूर्ण माहिती पिनकोडसहित भरा.
६) आपला ई-मेल आयडी व सभासद क्रमांक आपण आमच्या ऑफिसला ८३७८८३६८३६ या नंबरवर व्हॉट्सअप करा किंवा info@rajhansprakashan.com या मेल-अ‍ॅड्रेसवर मेल करा.
७) आपण सभासद झाल्याची मेल आपल्याला आल्यावर पुस्तक खरेदी करा म्हणजे सभासद योजनेची सूट आपल्याला पुस्तक खरेदी करताना मिळेल.

राजहंस प्रकाशन प्रा. लि.

www.ingramcontent.com/pod-product-compliance
Lightning Source LLC
LaVergne TN
LVHW051025051026
849532LV00004BA/1374
* 9 7 8 9 3 9 1 4 6 9 5 4 2 *